Linh,
Hồn,
và Thân Thể I

Câu Chuyện Bí Ẩn Liên Quan đến "Bản Ngã" Chúng Ta

Linh, Hồn, và Thân Thể I

Dr. Jaerock Lee

URIM
BOOKS

Linh, Hồn, và Thân Thể I: của Tiến Sĩ Jaerock Lee
Do Nhà Sách Urim xuất bản (Người đại diện: Kyungtae Noh)
73, Yeouidaebang-ro 22-gil, Dongjak-gu, Seoul, Korea
www.urimbooks.com

Trừ khi được để cập đến, tất cả những phần trích dẫn Kinh Thánh đều
được trích từ Kinh Thánh, bản dịch The Holy Bible in Vietnamese Old
Version (Re-typeset) ®, Copyright © VNM – 2009-25M VNOV 42 –
ISBN 978-1-921445-58-3 bởi United Bible Societies, 1998. Được dùng
dưới sự cho phép.

Bản Quyền © 2015 bởi Tiến Sĩ Jaerock Lee
ISBN: 978-89-7557-990-5 04230
ISBN: 978-89-7557-989-9 (set)
Bản Quyền Dịch Thuật © 2013 bởi Tiến Sĩ Esther K. Chung. Được phép
sử dụng.

Đã được Urim Books xuất bản bằng tiếng Hàn, năm 2009, tại Seoul, Hàn
Quốc

Xuất Bản lần thứ nhất tháng 7 năm 2015

Biên tập bởi Tiến sĩ Geumsun Vin
Thiết kế bởi Ban Biên tập Sách Urim Book
Để biết thêm thông tin: urimbook@hotmail.com

Lời Nói Đầu

Con người thường muốn thành công và sống một cuộc sống hạnh phúc, thoải mái. Nhưng ngay cả khi có tiền, quyền lực và danh vọng, không ai có thể thoát khỏi cái chết. Tần Thủy Hoàng (Shir Huang-di), Hoàng đế đầu tiên của Trung Quốc cổ đại, đã cố công tìm kiếm dược thảo trường sinh, nhưng ông cũng không thể thoát khỏi cái chết của mình. Tuy nhiên, qua Kinh Thánh, Đức Chúa Trời đã dạy chúng ta cách để đạt được sự sống đời đời. Sự sống nầy chảy qua Đức Chúa Giê-su Christ.

Từ khi tin nhận Chúa Giê-su Christ và khởi sự đọc Kinh Thánh, tôi bắt đầu cầu nguyện để hiểu sâu sắc tấm lòng của Đức Chúa Trời. Ngài trả lời tôi sau bảy năm với vô số những lời cầu nguyện và kiêng ăn. Sau khi mở hội thánh, Đức Chúa Trời bày tỏ cho tôi nhiều phân đoạn khó hiểu trong Kinh Thánh bởi sự soi dẫn của Đức Thánh Linh, một trong những sự đó là nội dung tường tận có liên quan đến 'Linh, Hồn, và Thân Thể.' Đây là câu chuyện bí ẩn khiến chúng ta hiểu được nguồn gốc con người và cho phép chúng ta hiểu được chính mình. Đây là sự mô tả về những gì mà tôi chưa từng nghe trước đó, và ấy là niềm vui mà tôi không sao tả được.

Khi tôi tuyên giảng các sứ điệp về linh, hồn, và thân thể, có rất nhiều lời chứng từ khắp nơi trong và ngoài nước. Nhiều người nói rằng họ nhận ra chính mình, rằng họ thuộc loại người nào, và nhận được sự đáp lời cho nhiều phân đọan Kinh Thánh khó hiểu cũng như hiểu được con đường dẫn đến sự sống đích thực. Một số trong họ nói rằng hiện nay họ đã có mục tiêu trở thành con người thuộc linh (được nên thánh) để dự phần vào bản tánh của Đức Chúa Trời và họ cố gắng để đạt mục tiêu đó như có chép trong 2 Phi-e-rơ 1:4, *"Bởi vinh hiển nhân đức ấy, Ngài lại ban lời hứa rất quí rất lớn cho chúng ta, hầu cho nhờ đó anh em được lánh khỏi sự hư nát của thế gian bởi tư dục đến, mà trở nên người dự phần bổn tánh Đức Chúa Trời."*

Tôn Tử Binh Pháp (Sun Tzu's *The Art of War*) nói rằng, biết người biết ta trăm trận trăm thắng. Sứ điệp về "Linh, Hồn, và Thân Thể" soi sáng đến tận các ngõ ngách của 'bản ngã' chúng ta và cho chúng ta về nguồn gốc con người. Một khi chúng ta học và hiểu thấu đáo sứ điệp nầy, chúng ta sẽ có thể hiểu được mọi hạng người. Đồng thời chúng ta cũng học biết được cách đánh bại quyền lực tối tăm, thứ đã ảnh hưởng đến đời sống chúng ta, nhờ đó chúng ta có thể sống một đời sống Cơ Đốc nhân đắc thắng.

Tôi xin gởi lời tri ân đến Geumsun Vin, tổng Biên Tập cùng các nhân sự đã có nhiều cống hiến cho việc xuất bản sách nầy. Tôi hy vọng rằng chúng ta sẽ được thịnh vượng mọi bề, khỏe mạnh về phần xác, thịnh vượng về phần hồn, hơn nữa chúng ta sẽ được dự phần vào bổn tánh của Đức Chúa Trời.

Tháng sáu 2009,

Jaerock Lee

Bắt đầu cuộc hành trình của Linh, Hồn, và Thân Thể

"Nguyền xin chính Đức Chúa Trời bình an khiến anh em nên thánh trọn vẹn, và nguyền xin tâm thần, linh hồn, và thân thể của anh em đều được giữ vẹn, không chỗ trách được, khi Đức Chúa Giê-su Christ chúng ta đến!"
(1 Tê-sa-lô-ni-ca 5:23)

Con người được tạo dựng theo ảnh tượng của Đức Chúa Trời, họ không thể sống được nếu không có Đức Chúa Trời. Con người cũng chẳng thể hiểu rõ được nguồn gốc của mình nếu không nhờ vào Đức Chúa Trời. Chỉ khi chúng ta nhận biết về Đức Chúa Trời thì chúng ta mới có thể có được câu trả lời cho những câu hỏi về nguồn gốc con người.

Linh, hồn, và thân thể là những thực thể thuộc về lĩnh vực mà chúng ta không thể hiểu được chỉ bằng tri thức, sự thông sáng, và năng lực của con người. Điều nầy chỉ Đức Chúa Trời là Đấng biết rõ nguồn gốc của con người mới có thể tỏ cho chúng ta biết. Cũng giống như vậy đối với nhà thiết kế và tạo nên chiếc máy tính, họ có kiến thức chuyên môn về cơ cấu và nguyên tắc của máy tính, do đó, chính họ là những người tạo nên chiếc máy tính mới biết cách giải quyết bất kỳ rắc rối nào liên quan đến hoạt động của máy tính. Đây là cuốn sách đầy đủ tri thức thuộc linh của chiều thứ tư cung cấp cho chúng ta câu trả lời rõ ràng các câu hỏi về linh, hồn và thân thể.

Những điều đặc biệt mà người đọc có thể tìm hiểu từ cuốn sách này bao gồm những vấn đề sau:

1. Thông qua sự hiểu biết thuộc linh về linh, hồn, và thân thể, là những thành phần của con người, người đọc có thể nhìn vào 'bản ngã' mình và đạt được cái nhìn sâu sắc về cuộc sống của chính họ.

2. Họ có thể đạt đến một sự tự nhận biết cách trọn vẹn về chính con người của mình về 'bản ngã' mà họ đã được tạo dựng nên. Sách nầy chỉ ra cho bạn đọc một con đường để tự nhận biết về chính mình như sứ đồ Phao-lô đã nói trong 1 Cô-rinh-tô 15:31, *"tôi chết hằng ngày"* để được thánh khiết và trở thành những con người thuộc linh mà Đức Chúa Trời mong muốn.

3. Chúng ta có thể tránh bị rơi vào bẫy của kẻ thù ma quỷ và Sa-tan, và có được quyền năng để đánh bại các quyền lực tối tăm chỉ khi chúng ta hiểu về chính con người mình. Như Chúa Giê-su đã phán, *"Nếu luật pháp gọi những kẻ được lời Đức Chúa Trời phán đến là các thần, và nếu Kinh thánh không thể bỏ được"* (Giăng 10:35), cuốn sách này chỉ ra cho độc giả biết được con đường đúng đắn để dự phần vào bổn tánh Đức Chúa Trời và nhận lãnh được mọi phước lành mà Ngài đã hứa.

Lời Nói Đầu

Bắt đầu cuộc hành trình của Linh, Hồn, và Thân Thể

Phần 1 Sự Hình Thành Xác Thịt

Chương 1   Khái Niệm về Xác Thịt   2
Chương 2   Skapelsen   12
            1. DSự Phân Tách Bí Ẩn Các Khoảng Không
            2. Không Gian Thuộc Thể và Không Gian Thuộc Linh
            3. Con Người với Linh, Hồn, và Thân Thể
Chương 3   Con Người trong Không Gian Thuộc Thể   38
            1. LMầm Sự Sống
            2. Con Người Đến và Tồn Tại Như Thế Nào
            3. Lương Tâm
            4. Những Công Việc của Xác Thịt
            5. Công Cuộc Giáo Hóa

Phần 2 Sự Hình Thành của Linh Hồn
            (Sự Vận Hành của Linh Hồn trong Không Gian Hữu Hình)

Chương 1   Sự Hình Thành của Linh Hồn   88
            1. DĐịnh Nghĩa về Linh Hồn
            2. Sự Vận Hành Đa Dạng của Linh Hồn trong Không
               Gian Hữu Hình
            3. Sự Tối Tăm
Chương 2   Bản Ngã   132
Chương 3   Công Việc của Xác Thịt   150
Chương 4   Vượt Khỏi Giới Hạn của Loài Sinh Linh   170

Phần 3 Phục Hồi Tâm Linh

Chương 1   Thuộc Linh và Thánh Khiết Trọn Vẹn   186
Chương 2   Kế Hoạch Ban Đầu của Đức Chúa Trời   212
Chương 3   Loài Người Đích Thực   222
Chương 4   Cõi Thiêng Liêng   240

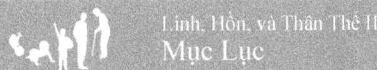

Linh, Hồn, và Thân Thể II
Mục Lục

Phần 1 Không Gian Vô Tận của Cõi Thiêng Liêng

Chương 1 Sự Tối và Sự Sáng
Chương 2 Phẩm Hạnh để Vào Miền Sự Sáng

Phần 2 Linh, Hồn, và Thân Thể trong Cõi Thiêng Liêng

Chương 1 Những Nơi Ở Khác Nhau
Chương 2 Linh, Hồn, và Thân Thể trong Cõi Thiêng Liêng

Phần 3 Vượt Quá Giới Hạn của Loài Người

Chương 1 Nơi Ở của Đức Chúa Trời
Chương 2 Ảnh Tượng của Đức Chúa Trời

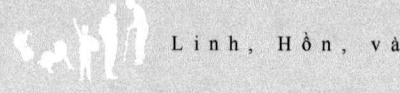

Linh, Hồn, và Thân Thể I

Phần 1

Sự Hình Thành Xác Thịt

Nguồn gốc của Con Người là gì?
Con người đến từ đâu và sẽ đi về đâu?

Vì chính Chúa nắn nên tâm thần tôi, Dệt thành tôi trong lòng mẹ tôi.
Tôi cảm tạ Chúa, vì tôi được dựng nên cách đáng sợ lạ lùng.
Công việc Chúa thật lạ lùng, lòng tôi biết rõ lắm.
Khi tôi được dựng nên trong nơi kín,
Chịu nắn nên cách xảo tại nơi thấp của đất,
Thì các xương cốt tôi không giấu được Chúa.
Mắt Chúa đã thấy thể chất vô hình của tôi;
Số các ngày định cho tôi,
Đã biên vào số Chúa trước khi chưa có một ngày trong các ngày ấy.
- Thi Thiên 139:13-16

Chương 1
Khái Niệm về Xác Thịt

Theo dòng thời gian, thân thể con người trở về một nắm bụi đất,
hết thảy những thứ người ta ăn, những sự người ta nhìn, nghe, vui hưởng,
và mọi thứ người ta làm ra – tất cả đều là tiêu biểu của 'xác thịt.'

- Xác Thịt là Gì?

- Con Người Sẽ Không Xứng Đáng, Không Có Giá Trị, Nếu Họ Vẫn Còn Trong Xác Thịt

- Vạn Vật Trong Vũ Trụ Có Những Chiều Kích Khác Nhau

- Những Chiều Kích Lớn Hơn Chinh Phục và Làm Chủ trên Những Chiều Kích Nhỏ Hơn

Trong suốt lịch sử nhân loại, người ta đã tìm kiếm câu trả lời cho câu hỏi 'Con người từ đâu đến?' Câu trả lời cho câu hỏi đó sẽ đem lại cho chúng ta câu trả lời cho các câu hỏi khác như "Mục đích sống của chúng ta là gì?" Và "Chúng ta nên sốngnhư thế nào?" "Các nghiên cứu, tìm kiếm, và suy tính về sự tồn tại của con người đã được thực hiện rộng rãi trong các lĩnh vực triết học và tôn giáo, nhưng để tìm một câu trả lời rõ ràng và ngắn gọn không phải là việc dễ dàng.

Tuy nhiên, con người không ngừng nỗ lực để tìm câu trả lời xa hơn nữa cho các câu hỏi "Loài người là gì?" "Tôi là ai?" Những câu hỏi như vậy được đặt ra vì câu trả lời cho những câu hỏi này có thể trở thành chìa khóa để làm sáng tỏ những vấn đề cơ bản về sự tồn tại của con người. Các nghiên cứu của thế giới này không thể đưa ra một câu trả lời rõ ràng cho những câu hỏi như vậy, nhưng Đức Chúa Trời có thể. Ngài đã tạo dựng nên vũ trụ và muôn vật trong đó và Ngài đã tạo dựng nên con người. Câu trả lời của Đức Chúa Trời là câu trả lời chính xác. Chúng ta có thể tìm thấy manh mối cho các câu hỏi như vậy trong Kinh Thánh qua Lời của Đức Chúa Trời.

Các nhà lý luận thường phân loại các thành phần tạo nên

một con người thành hai loại, 'linh hồn' và 'thân thể' của nó. Phần tạo nên các phương diện tinh thần được phân loại là 'tâm linh' và phần tạo nên những bộ phận có thể nhìn thấy được, về phương diện thể chất được gọi là 'thân thể.' Tuy nhiên, Kinh Thánh phân loại thành phần tạo nên con người thành ba phần: linh, hồn và thân thể.

1 Tê-sa-lô-ni-ca 5:23 chép rằng, *"Nguyền xin chính Đức Chúa Trời bình an khiến anh em nên thánh trọn vẹn, và nguyền xin tâm thần, linh hồn, và thân thể của anh em đều được giữ vẹn, không chỗ trách được, khi Đức Chúa Giê-su Christ chúng ta đến."*

Linh và hồn là hai thứ khác nhau. Không chỉ đơn giản khác nhau về tên gọi, song chúng khác nhau về bản chất. Để hiểu được 'con người' chúng ta phải biết về linh, hồn và thân thể.

Xác Thịt Là Gì?

Trước hết chúng ta hãy xem xét định nghĩa trong từ điển về ý nghĩa của từ 'thịt.' Từ điển Merriam-Webster cho biết thịt là "các phần mềm của cơ thể động vật và đặc biệt là của động vật có xương sống, đặc biệt là các bộ phận bao gồm chủ yếu của cơ xương để phân biệt với các cơ quan nội tạng, xương, và lớp da của động vật." Nó đồng thời cũng nói đến các bộ phận có thể ăn được của một con vật. Tuy nhiên, để hiểu những gì 'xác thịt' mà Kinh Thánh muốn đề cập đến, chúng ta phải hiểu ý nghĩa thiêng liêng hơn là định nghĩa trong từ điển.

Kinh Thánh thường sử dụng 'thân thể' và 'xác thịt.' Trong hầu hết các trường hợp, chúng có ý nghĩa tâm linh. Trong ý nghĩa tthuộc linh, xác thịt là thuật ngữ chung chỉ những điều dễ bị hư mất, thay đổi, và cuối cùng biến mất theo thời gian. Đó cũng là những thứ bẩn thỉu và ô uế. Những loại cây có lá màu xanh một ngày nào đó sẽ khô và chết, thân và cành của chúng có thể trở thành củi. Các loại cây, thực vật, và tất cả mọi thứ trong tự nhiên đều sẽ tàn lụi, phân hủy và biến mất theo thời gian. Vì vậy, hết thảy chúng đều là xác thịt.

Còn con người, là chúa của mọi loài tạo vật, thì sao? Ngày nay chúng ta có khoảng 7 tỷ người trên thế giới. Ngay cả tại thời điểm này, trẻ em tiếp tục được sinh ra ở một nơi nào đó trên trái đất, và tại một nơi khác sự chết cũng xảy ra như vậy. Khi chết, thân thể con người trở lại một nắm bụi đất, và con người cũng chỉ là xác thịt. Hơn nữa, thực phẩm, tiếng nói, bảng chữ cái dùng để ghi lại những ý tưởng, các nền văn minh khoa học và công nghệ mà con người cần thảy cũng đều là xác thịt. Chúng bị hư mất, thay đổi, và chết trong theo dòng thời gian. Vì vậy, tất cả mọi thứ trên trái đất này mà chúng ta có thể nhìn thấy, cũng như tất cả mọi thứ trong vũ trụ mà chúng ta biết đều là 'xác thịt.'

Con người, những kẻ lìa khỏi Đức Chúa Trời, đều là xác thịt. Những gì họ làm cũng chỉ là 'xác thịt.' Những con người xác thịt phát triển và tìm kiếm gì? Họ chỉ tìm kiếm những điều ham muốn của xác thịt, mê tham của mắt, và sự kiêu ngạo của đời. Ngay cả những nền văn minh mà con người đã phát triển cũng nhằm thỏa mãn năm giác quan của con người. Họ phải tìm kiếm sự khoái lạc làm trọn ham muốn xác thịt của mình. Thời gian trôi qua người ta ngày càng tìm kiếm những điều gợi cảm và khiêu gợi hơn. Nền văn minh càng phát triển con người càng trở nên dâm đãng và hư hỏng hơn.

Trong khi có điều 'xác thịt' có thể nhìn thấy, và cũng có những điều 'xác thịt' vô hình. Kinh Thánh nói thù hận, cãi nhau, ghen tị, giết người, ngoại tình, và tất cả các bản tính được kết nối với tội lỗi đều là xác thịt. Cũng giống như hương thơm của hoa, không khí và gió là những thứ tồn tại song vô hình, cũng có bản chất tội lỗi vô hình trong lòng người. Tất cả những những điều nầy đều là 'xác thịt.' Do đó, xác thịt là thuật ngữ chung cho tất cả mọi thứ trong vũ trụ hư mất và thay đổi theo thời gian, và tất cả điều giả dối như tội lỗi, gian ác, bất công, và vô luật pháp.

Rô-ma 8:8 nói rằng, *"...Vả, những kẻ sống theo xác thịt, thì không thể đẹp lòng Đức Chúa Trời."* Nếu 'xác thịt' trong câu này chỉ đơn giản để cập đến cơ thể vật chất của con người, có nghĩa là con người không bao giờ có thể làm vui lòng Đức Chúa Trời. Vì vậy, nó phải có một ý nghĩa khác.

Hơn nữa, trong Giăng 3:6 Chúa Giê-su có phán rằng, *"Hễ chi sanh bởi xác thịt là xác thịt; hễ chi sanh bởi Thánh Linh là thần,"* và trong Giăng 6:63, *"Ấy là thần linh làm cho sống, xác thịt chẳng ích chi. Những lời ta phán cùng các ngươi đều là thần linh và sự sống."* 'Xác thịt' ở đây cũng nói đến những thứ hay chết mất và thay đổi, do vậy, Chúa Giê-su phán rằng xác thịt chẳng ích chi.

Con Người Sẽ Không Xứng Đáng, Không Có Giá Trị, Nếu Họ Vẫn Còn Trong Xác Thịt

Không giống như thú vật, con người tìm kiếm các giá trị nhất định dựa trên cảm xúc và suy nghĩ của mình. Nhưng điều nầy không lâu dài, và do đó chúng cũng chỉ là xác thịt. Những điều mà con người xem là có giá trị như sự giàu có, nổi tiếng, và kiến thức cũng chỉ là những điều vô nghĩa và sẽ sớm bị hư mất. Còn cái cảm giác gọi là "tình yêu" thì sao? Khi hai người hẹn hò nhau, họ có thể nói rằng họ không thể sống thiếu nhau. Tuy nhiên, rất nhiều những cặp vợ chồng thay lòng đổi dạ sau khi kết hôn. Họ dễ dàng giận dữ và thất vọng, thậm chí trở nên bạo lực chỉ vì họ không thích một cái gì đó. Tất cả những cảm xúc dễ thay đổi cũng chỉ là xác thịt. Nếu con người còn trong xác thịt, họ chẳng có gì hơn loài thú hay cây cỏ. Trong mắt của Đức Chúa Trời, tất cả mọi thứ chỉ là xác thịt sẽ sớm hư mất và qua đi.

1 Phi-e-rơ 1:24 chép rằng, *"Vì, mọi xác thịt ví như cỏ, mọi sự vinh hiển của nó ví như hoa cỏ. Cỏ khô, hoa rụng,"* còn Gia-cơ 4:14 nói rằng, *"song ngày mai sẽ ra thế nào, anh em chẳng biết! Vì, sự sống của anh em là chi? Chẳng qua như hơi nước, hiện ra một lát rồi lại tan ngay."*

Thân thể và tất cả những ý tưởng của con người thảy đều vô nghĩa kể từ khi họ lìa khỏi Lời Đức Chúa Trời là thần. Vua Sa-lô-môn được hưởng tất cả danh dự và vinh quang mà một con người có thể tận hưởng trên đất này, nhưng ông nhận ra sự vô nghĩa của xác thịt và nói rằng, *"Hư không của sự hư không, hư không của sự hư không, thảy đều hư không. Các việc lao khổ loài người làm ra dưới mặt trời, thì được ích lợi chi?"* (Truyền đạo 1:2-3)

Vạn Vật Trong Vũ Trụ Có Những Chiều Kích Khác Nhau

Các kích thước vật lý hay toán học được xác định bởi một trong ba tọa độ xác định một vị trí trong không gian. Một điểm trên một đường thẳng có một tọa độ, và nó là một chiều. Một điểm trên một mặt phẳng có hai tọa độ, và nó là hai chiều. Trong cùng một cách một điểm trong không gian có ba tọa độ, và nó là ba chiều.

Không gian mà trong đó chúng ta đang sống là một thế giới ba chiều về vật lý. Trong một phần sâu sắc hơn về vật lý, người ta xem thời gian là chiều thứ tư. Đây là sự hiểu biết về kích thước trong khoa học.

Nhưng theo quan điểm thuộc linh, linh hồn và thân thể, kích thước thông thường có thể được chia thành không gian vật lý và chiều kích thuộc linh. Các kích thước vật lý lại một lần nữa phân loại từ 'không chiều' đến 'chiều thứ ba.' Đầu tiên, thuật ngữ không chiều đề cập đến những thứ không có sự sống. Đá, đất, nước, và các kim loại thuộc thể loại này. Tất cả các sinh vật sống thuộc về chiều kích thứ nhất, thứ nhì, hoặc chiều kích thứ ba.

Chiều kích thứ nhất đề cập đến những thứ có sự sống và thở nhưng không thể di chuyển, ấy là chúng không có chức năng di động. Chiều kích này bao gồm hoa, cỏ, cây xanh và các loại cây trồng khác. Chúng có thân thể, nhưng không có linh hồn và tinh thần.

Chiều kích thứ hai bao gồm các sinh vật sống có hơi thở, có thể di chuyển, và có cả thân thể và tâm hồn. Chúng là những con vật như sư tử, bò và cừu, những loài chim, cá và côn trùng. Chó có thể nhận ra chủ của chúng và sủa vào những người lạ vì chúng có linh hồn.

Chiều kích thứ ba bao gồm những thứ có hơi thở, di chuyển xung quanh, có hồn và linh trong thân thể hữu hình của họ. Nó dùng để chỉ con người là chúa tể của tất cả các sinh vật. Không giống như loài vật, con người có một tâm linh. Họ có thể suy nghĩ và tìm kiếm Đức Chúa Trời, và họ có thể tin cậy Đức Chúa Trời.

Ngoài ra còn có chiều kích thứ tư ấy là chiều kích vô hình đối với mắt của chúng ta. Đây là chiều kích tâm linh. Đức Chúa Trời là thần, các thiên binh, thiên sứ trên trời, và các chê-ru-bin, tất cả thuộc về chiều kích tâm linh.

Những Chiều Kích Lớn Hơn Chinh Phục và Làm Chủ trên Những Chiều Kích Nhỏ Hơn

Các thực thể có chiều kích thứ nhì có thể chinh phục và làm chủ trên những thực thể có chiều kích thứ nhất hoặc thấp hơn.

Các thực thể có chiều kích thứ ba có thể chinh phục và làm chủ trên những thực thể có chiều kích thứ nhì hoặc thấp hơn. Những thực thể có chiều kích thấp hơn không thể hiểu được các thực thể có chiều kích lớn hơn mình. Các dạng sống có chiều kích thứ nhất không thể hiểu chiều kích thứ hai và hình thức sống có chiều kích thứ nhì không thể hiểu chiều kích thứ ba. Ví dụ, giả sử một người nào đó gieo một loại hạt giống xuống đất, tưới nước, và chăm sóc cho nó. Khi hạt giống nẩy mầm, nó lớn lên thành cây, và sinh hoa trái. Hạt giống không hiểu những gì con người đã làm cho nó. Ngay cả khi những con sâu bị con người chà đạp và giết đi, chúng cũng chẳng biết lý do tại sao. Các chiều kích cao hơn có thể chinh phục và kiểm soát các thực thể có chiều thấp hơn, nhưng nói chung các loài có chiều kích thấp hơn không có sự lựa chọn nào khác, mà phải chịu cai trị bởi những thực thể có chiều kích cao hơn.

Tương tự như vậy, con người là thực thể có chiều kích thứ ba là chiều kích không hiểu lĩnh vực tâm linh là thế giới của chiều kích thứ tư. Vì vậy, con người xác thịt thực sự không thể làm bất cứ điều gì liên quan đến cuộc chinh phục và kiểm soát của ma quỉ. Tuy nhiên, nếu chúng ta quăng xa bản tánh xác thịt và trở nên con người thuộc linh, chúng ta có thể bước vào thế giới chiều kích thứ tư. Vì vậy, chúng ta có thể chinh phục và đánh bại các ác linh.

Đức Chúa Trời là thần muốn con cái của Ngài hiểu được thế giới chiều kích thứ tư. Bằng cách này họ có thể hiểu được ý muốn của Đức Chúa Trời, vâng lời Ngài, và có được sự sống.

Trong Sáng thế ký chương 1, trước khi A-đam ăn cây biết điều thiện và điều ác, người đã chinh phục và cai trị tất cả mọi thứ. Có một thời, A-đam là một loài có sinh linh và thuộc về chiều kích thứ tư. Tuy nhiên, sau khi phạm tội, tâm linh của người đã bị chết. Không chỉ mình A-đam, mà hết thảy các hậu tự của người ngày nay đều thuộc về chiều kích thứ ba. Thế thì, làm thế nào để con người là tạo vật của Đức Chúa Trời, đã bị giảm xuống đến chiều thứ ba, có thể trở lại thế giới chiều kích thứ tư!

Chương 2
Sự Sáng Tạo

Đức Chúa Trời là Đấng Tạo Hóa đã lập kế hoạch tuyệt vời để trưởng dưỡng loài người. Ngài phân tách không gian của Ngài thành không gian thuộc thể và thuộc linh rồi Ngài đã tạo dựng nên trời và đất cùng muôn vật trong đó.

1. Sự Phân Tách Bí Ẩn Các Khoảng Không

2. Không Gian Thuộc Thể và Không Gian Thuộc Linh

3. Con Người với Linh, Hồn, và Thân Thể

Từ trước vô cùng, Đức Chúa Trời tồn tại một mình trong vũ trụ. Ngài tồn tại như ánh sáng và cai trị tất cả mọi thứ di chuyển qua không gian rộng lớn của vũ trụ. Trong 1 Giăng 1:5 có chép rằng, Đức Chúa Trời là sự sáng. Câu nầy chủ yếu đề cập đến sự sáng tâm linh, nhưng cũng đề cập đến Đức Chúa Trời đã tồn tại như sự Sáng từ lúc ban đầu.

Không ai sinh ra Đức Chúa Trời. Ngài là một thực thể hoàn hảo, là Đấng tự hữu hằng hữu. Do vậy, chúng ta không nên cố gắng hiểu Ngài với năng lực và kiến thức hạn chế của mình. Giăng 1:1 chứa đựng các bí mật của 'ban đầu' rằng: *"Ban đầu có Ngôi Lời."* Đây là lời giải thích liên quan đến hình thức của Đức Chúa Trời có Lời Chúa trong ánh sáng bí ẩn và đẹp nhất và cầm quyền trên tất cả các không gian trong vũ trụ.

'Ban đầu' ở đây nói đến một thời điểm nào đó từ trước vô cùng, một thời điểm mà con người không thể hình dung nổi. Đây là điểm ngay cả trước 'buổi sáng thế' trong Sáng thế ký 1:1, ấy là khởi điểm của sự sáng tạo. Vậy, điều gì đã xảy ra từ trước buổi sáng thế?

1. Sự Phân Tách Bí Ẩn Các Khoảng Không

Lĩnh vực tâm linh không phải là rất xa. Có những cửa được kết nối với các lĩnh vực tâm linh ở các nơi khác nhau của bầu trời có thể nhìn thấy.

Sau một thời gian rất dài đã trôi qua, Đức Chúa Trời muốn có ai đó để Ngài có thể chia sẻ tình yêu và tất cả những thứ khác. Đức Chúa Trời có cả thần tính và nhân tính và chính vì vậy, Ngài muốn chia sẻ mọi thứ Ngài có với một ai đó hơn là tự thưởng thức một mình. Cưu mang điều này trong tâm trí, Ngài đã lập kế hoạch trưởng dưỡng con người. Đó là một kế hoạch tạo dựng nên loài người, ban phước cho họ tăng về số lượng và nhân bội, thu họach vô số linh hồn giống như Chúa, và tập hợp chúng vào nước thiên đàng. Điều nầy cũng giống như người nông dân trồng trọt các vụ mùa, thu họach và sau đó đem cất vào kho.

Đức Chúa Trời biết rằng cần thiết phải có không gian thuộc linh nơi mà Ngài sẽ ở và không gian thuộc thể, nơi công cuộc trưởng dưỡng loài người sẽ được thực hiện. Ngài tách ra vũ trụ rộng lớn thành lĩnh vực thuộc linh và lĩnh vực thuộc thể. Từ thời điểm đó, Đức Chúa Trời đã tồn tại với dạng thức Đức Chúa Trời Ba Ngôi là Đức Chúa Cha, Đức Chúa Con, và Đức Thánh Linh. Ấy là vì, để công cuộc trưởng dưỡng loài người là điều có thể được thực hiện trong tương lai, Đức Chúa Giê-su Đấng Cứu Thế và Đức Thánh Linh là Đấng Giúp Đỡ sẽ được cần đến.

Khải huyền 22:13 nói, *"Ta là An-pha và Ô-mê-ga, là thứ*

nhứt và là sau chót, là đầu và là rốt." Đó là một ghi chép về Đức Chúa Trời Ba Ngôi. 'An-pha và Ô-mê-ga' là nói đến Đức Chúa Cha là Đấng khởi đầu và kết thúc của tất cả các kiến thức và nền văn minh của con người. 'Thứ nhứt và là sau chót' nói đến Đức Chúa Con, Giê-su, là Đấng đầu tiên và cuối cùng của sự cứu rỗi của con người. 'Đầu và là rốt' để cập đến Đức Thánh Linh là Đấng khởi đầu và kết thúc công cuộc giáo hóa con người.

Đức Chúa Con Giê-su thực hiện nhiệm vụ của Đấng Cứu Thế. Đức Thánh Linh với tư cách Đấng Giúp Đỡ làm chứng về Đấng Cứu Thế và hoàn thành công cuộc cứu rỗi nhân loại. Kinh Thánh nói về Đức Thánh Linh bằng nhiều cách, ví sánh Ngài với lửa hay chim bồ câu, Ngài cũng được nói đến là 'Linh của Con Đức Chúa Trời.' Ga-la-ti 4:6 chép rằng, *"Lại vì anh em là con, nên Đức Chúa Trời đã sai Thánh Linh của Con Ngài vào lòng chúng ta, kêu rằng: A-ba! Cha!"* Ngoài ra, Giăng 15:26 còn nói rằng, *"Khi nào Đấng Yên-ủi sẽ đến, là Đấng ta sẽ bởi Cha sai xuống, tức là Thần lẽ thật ra từ Cha, ấy chính Ngài sẽ làm chứng về ta."*

Đức Chúa Cha, Đức Chúa Con, và Đức Thánh Linh đã mặc lấy các hình thức cụ thể để thực hiện sự tiên liệu cho công cuộc giáo hóa nhân loại, và Ba Ngôi đó đã thảo luận tất cả các kế hoạch với nhau. Nó được mô tả trong sự ghi chép về công việc sáng tạo ra trong Sáng thế ký chương 1.

Sáng thế ký 1:26 nói rằng, *"Đức Chúa Trời phán rằng: Chúng ta hãy làm nên loài người như hình ta và theo tượng ta,"* điều nầy không có nghĩa rằng con người được tạo dựng nên theo hình ảnh bề ngoài của Đức Chúa Cha, Đức Chúa Con, và Đức Thánh Linh. Điều nầy nói đến thần linh, ấy là nền tảng của con người, được ban cho bởi Đức Chúa Trời và thần linh nầy có sự tương đồng với Đức Chúa Trời thánh khiết.

Lĩnh Vực Thuộc Thể và Lĩnh Vực Thuộc Linh

Khi Đức Chúa Trời tồn tại một mình, Ngài không phải phân biệt giữa lĩnh vực thuộc thể và lĩnh vực thuộc linh. Tuy nhiên, vì công cuộc giáo hóa nhân loại cần thiết phải có một thế giới vật chất nơi mà con người sẽ sinh sống. Vì lý do này, Ngài đã phân tách lĩnh vực thuộc thể ra khỏi lĩnh vực thuộc linh.

Tuy nhiên, sự tách rời thế giới thuộc thể và thuộc linh không có nghĩa là chia thành hai không gian hoàn toàn riêng biệt như chúng ta cắt một cái gì đó thành hai nửa. Ví dụ, giả sử có hai loại khí trong phòng. Chúng ta thêm một chất hóa học nhất định, do đó, một trong những loại khí xuất hiện có màu đỏ, do vậy được phân biệt với loại khí kia. Mặc dù có thể có hai loại khí trong phòng, mắt của chúng ta chỉ có thể thấy loại khí có màu đỏ. Mặc dù loại khí kia không thể nhìn thấy, song nó chắc chắn cũng có ở đó.

Tương tự như vậy, Đức Chúa Trời tách không gian thuộc linh rộng lớn thành thế giới vật chất hữu hình và lĩnh vực thuộc linh vô hình. Tất nhiên, lĩnh vực thuộc thể và thuộc linh không tồn tại giống như hai loại khí trong ví dụ nói trên. Chúng xuất hiện riêng biệt, nhưng chồng chéo nhau. Và, tuy xuất hiện chồng chéo nhau, chúng vẫn riêng biệt.

Như bằng chứng cho thấy lĩnh vực thuộc thể và thuộc linh tồn tại riêng biệt và trong một cách bí ẩn, Đức Chúa Trời đã đặt các cửa ngõ vào lĩnh vực thuộc linh tại các địa điểm khác nhau trong vũ trụ. Lĩnh vực thuộc linh không phải là một nơi xa xôi nào đó. Có các cửa ngõ vào lĩnh vực thuộc linh ở nhiều nơi có thể nhìn thấy trên bầu trời. Nếu Đức Chúa Trời mở mắt tâm linh chúng ta, trong một số trường hợp, chúng ta có thể thấy lĩnh vực thuộc linh thông qua những cửa ngõ ấy.

Khi Ê-tiên được đầy dẫy Thánh Linh và đã nhìn thấy Chúa Giê-su đứng bên hữu Đức Chúa Trời, ấy là vì cả mắt thuộc linh và cửa ngõ vào lĩnh vực thuộc linh đều được mở ra (Công vụ. 7:55-56).

Ê-li đã được cất lên thiên đàng lúc còn đang sống. Chúa Giê-su sống lại và thăng thiên về trời. Môi-se và Ê-li xuất hiện trên Núi Hóa Hình. Chúng ta có thể hiểu được các sự kiện nầy là những sự kiện thực tế nếu chúng ta thừa nhận sự thật là có các cửa ngõ vào lĩnh vực thuộc linh.

Vũ trụ là vô cùng lớn và có thể là vô hạn về khối lượng. Vùng nhìn thấy được từ trái đất (vũ trụ hữu hình) là một hình cầu có bán kính khoảng 46 tỷ năm ánh sáng.[1] Nếu lĩnh vực thuộc linh

---

[1] Lineweaver, Charles; Tamara M. Davis (2005). "Misconceptions about the Big Bang." Scientific American. Retrieved 2007-03-05.

tồn tại sau khi vũ trụ hữu hình kết thúc, ngay cả với tàu vũ trụ nhanh nhất, cũng sẽ mất gần như là một thời gian vô hạn để có thể đến được lĩnh vực thuộc linh. Ngoài ra, chúng ta có thể hình dung khoảng cách các thiên sứ sẽ phải di chuyển để đi lại giữa các lĩnh vực tâm linh và thế giới vật chất. Tuy nhiên, với sự tồn tại của các cửa ngõ vào lĩnh vực tâm linh có thể được mở và đóng cửa, người ta có thể đi lại giữa các lĩnh vực thuộc linh và thế giới hữu hình một cách dễ dàng như bước qua một cánh cửa.

Đức Chúa Trời Đã Dựng Nên Bốn Từng Trời

Sau khi Đức Chúa Trời phân tách vũ trụ thành lĩnh vực thuộc linh và lĩnh vực thuộc thể, Ngài tách chúng thành nhiều tầng trời tùy theo nhu cầu. Kinh Thánh cho biết rằng không chỉ có một tầng trời mà là nhiều tầng trời. Thực tế nầy cho chúng ta biết rằng có nhiều tầng trời hơn so với cái mà chúng ta nhìn thấy bằng mắt thường.

Phục Truyền. 10:14 chép rằng, *"Kìa, trời và các từng trời cao hơn trời, đất và mọi vật ở nơi đất đều thuộc về Giê-hô-va Đức Chúa Trời ngươi"* còn Thi Thiên 68:33 thì chép rằng, *"Tức là Đấng cỡi trên các từng trời thái cổ; Kìa, Ngài phát tiếng ra, là tiếng có sức lớn."* Trong 1 Các Vua 8:27, vua Sa-lô-môn đã nói rằng, *"Nhưng quả thật rằng Đức Chúa Trời ngự trên đất nầy chăng? Kìa, trời, dầu đến đỗi trời của các từng trời chẳng có thể chứa Ngài được thay, phương chi cái đền nầy tôi đã cất!"*

Đức Chúa Trời sử dụng từ 'thiên đàng' để nói đến các lĩnh vực thuộc linh, để chúng ta có thể dễ dàng hiểu được các không gian thuộc linh. Các 'thiên đàng' đã được phân loại thành bốn tầng trời. Toàn bộ không gian hữu hình bao gồm cả Trái đất của chúng ta, hệ mặt trời, thiên hà, và cả vũ trụ được gọi là thiên đàng thứ nhất.

Từ tầng trời thứ nhì trở đi là các không gian thuộc linh. Vườn Ê-đen và không gian dành cho các ác linh nằm trong tần trời thứ hai. Sau khi Đức Chúa Trời tạo dựng nên loài người, Ngài cũng tạo ra cảnh vườn Ê-đen, là miền ánh sáng trong tầng trời thứ hai. Đức Chúa Trời đã đặt con người vào Vườn Ê-đen để con người chinh phục và cai trị tất cả muôn vật (Sáng thế ký 2:15).

Ngai Đức Chúa Trời nằm ở tầng trời thứ ba. Đây là vương quốc thiên đàng mà con cái Đức Chúa Trời sẽ ở là những kẻ đã nhận được sự cứu rỗi qua công cuộc giáo hóa nhân loại.

Tầng trời thứ tư là tầng trời ban đầu nơi mà Đức Chúa Trời đã từng tồn tại một mình là sự Sáng trước khi Ngài phân tách không gian. Đây là một không gian bí ẩn, nơi tất cả mọi thứ được hoàn thành như chính Đức Chúa Trời đã dự tính. Đây còn là một không gian vượt khỏi mọi giới hạn của thời gian và không gian.

2. Không Gian Thuộc Thể và Không Gian Thuộc Linh

Lý do mà rất nhiều học giả Kinh Thánh đã cố gắng tìm Vườn Ê-đen, nhưng không thể là gì? Đó là vì Vườn Ê-đen nằm ở tầng trời thứ hai, một lĩnh vực thuộc linh.

Den rymd som Gud delade kan delas in i en fysisk sfär och en andlig sfär. För sina barn Han skulle få från den mänskliga kultiveringen gjorde Gud himmelriket i den tredje himlen och Han placerade Jorden i den första himlen, som är platsen för den mänskliga kultiveringen.

Không gian mà Đức Chúa Trời tách ra có thể được chia thành một không gian thuộc thể và một không gian thuộc linh. Đối với con cái mà Ngài sẽ có được từ công cuộc trưởng dưỡng con người, Đức Chúa Trời đã dựng nên Nước Trời trong cõi trời thứ ba, và Ngài đặt trái đất trong cõi trời đầu tiên cho thời kỳ giáo hóa nhân loại.

Sáng thế ký chương 1 ghi lại vắn tắt quá trình sáu ngày sáng tạo của Đức Chúa Trời. Đức Chúa Trời không làm ra một trái đất đầy đủ và hoàn hảo từ đầu. Trước hết, Ngài đặt nền móng mặt đất rồi đến bầu trời thông qua các chuyển động của vỏ trái đất và các hiện tượng đa khí tượng. Đức Chúa Trời đã có nhiều nỗ lực trong một thời gian dài, đôi khi thậm chí đích thân xuống đến trái đất để xem mọi sự diễn ra như thế nào, vì trái đất là nơi Ngài sẽ có được những con cái yêu dấu và chân thật của mình.

Bào thai lớn lên an toàn trong nước ối của tử cung. Tương tự như vậy, sau khi trái đất được hình thành và được lập nền, toàn bộ trái đất được bao phủ bởi một lượng nước khổng lồ, và nước này là nước sự sống có nguồn gốc từ tầng trời thứ ba. Cuối cùng Trái Đất cũng đã sẵn sàng làm nền tảng cho tất cả mọi thứ sinh sống như một kết quả của sự bao phủ bởi nước sự sống. Sau đó, Đức Chúa Trời đã bắt đầu công việc sáng tạo.

Không Gian Hữu Hình, Mặt Đất Cho Công Cuộc Giáo Hóa Nhân Loại

Khi Đức Chúa Trời phán: "Hãy có ánh sáng" vào ngày đầu tiên của sự sáng tạo, thì có thần linh sự sáng phát ra từ ngai Đức Chúa Trời và phủ cả Trái đất. Với sự sáng này là sức mạnh đời đời và thần tánh của Đức Chúa Trời bao trùm lên mọi sự và muôn vật được kiểm soát bởi các quy luật tự nhiên (Rô-ma 1:20).

Đức Chúa Trời tách ánh sáng khỏi bóng tối và gọi ánh sáng là 'ngày', và bóng tối được gọi là 'đêm.' Đức Chúa Trời đã đặt ra luật rằng sẽ có ngày đêm và dòng chảy của thời gian, ngay cả trước khi Ngài tạo ra mặt trời và mặt trăng.

Vào ngày thứ nhì, Đức Chúa Trời lại phán rằng: Phải có một khoảng không ở giữa nước. Ngài làm nên khoảng không, phân rẽ nước ở dưới khoảng không cách với nước ở trên khoảng không; thì có như vậy. Đức Chúa Trời đặt tên khoảng không là trời, đó là bầu trời mắt chúng ta có thể nhìn thấy. Bấy giờ, môi trường cơ bản đã được hình thành để có thể dùng cho tất cả các sinh vật sống. Không khí đã được tạo nên cho các sinh vật sống có hơi thở, những đám mây và bầu trời đã được làm nên nơi mà các hiện tượng khí tượng có thể diễn ra.

Những nước ở dưới trời là nước duy trì trên bề mặt trái đất. Nó là nguồn nước sẽ hình thành các đại dương, biển, hồ, và các con sông (Sáng thế ký 1:9-10).

Những nước trên trời đã được dành riêng cho Ê-đen ở tầng trời thứ hai. Vào ngày thứ ba, Đức Chúa Trời khiến các vùng nước bên dưới tập trung tại một nơi để tách biển ra khỏi đất. Ngài cũng tạo ra các loại cỏ và rau quả.

Vào ngày thứ tư, Đức Chúa Trời tạo ra mặt trời, mặt trăng, và các ngôi sao, và cho chúng làm chủ trên ngày và đêm. Vào ngày thứ năm, Ngài tạo nên cá và các loài chim. Cuối cùng, vào ngày thứ sáu, Đức Chúa Trời tạo dựng nên tất cả các loài vật và con người.

Không Gian Thuộc Linh Vô Hình

Vườn Ê-đen nằm trong cõi thuộc linh của tầng trời thứ hai, nhưng nó khác nhau với cõi thuộc linh ở tầng trời thứ ba. Nó không phải là cõi thuộc linh hoàn toàn vì nó có thể cùng tồn tại với chiều kích hữu hình. Nói một cách đơn giản, nó giống như một giai đoạn trung gian giữa xác thịt và tâm linh. Sau khi Đức Chúa Trời tạo dựng nên con người là một loài sinh linh, Ngài đặt Vườn Ê-đen về phía đông, rồi đem con người vào vườn để sinh sống (Sáng thế ký 2:8).

'Phía đông' ở đây không phải chỉ về phía đông trong thế giới hữu hình. Nó có ý nghĩa đặc biệt của 'một miền được bao quanh bởi ánh sáng.' Đến nay, nhiều học giả Kinh Thánh cho rằng Vườn Ê-đen là một nơi nào đó xung quanh con sông Ê-phơ-rát và Ti-rơ (Euphrates và Tigris), và mặc dù họ đã thực hiện các nghiên cứu sâu rộng và thực hiện nhiều tìm kiếm khảo cổ, song họ đã không thể tìm thấy bất kỳ dấu vết nào của nó. Lý do là Vườn Ê-đen, nơi A-đam 'một loài sinh linh' đã từng sống, nằm trong tầng trời thứ hai, đó là một lĩnh vực thuộc linh.

Vườn Ê-đen là một không gian rộng lớn ngoài sức suy tưởng của chúng ta. Con cái do A-đam sinh ra trước khi người phạm tội vẫn còn sinh sống ở đó, và không ngừng sinh sản thêm nhiều. Vườn Ê-đen không có giới hạn về không gian nên thậm chí bất kể thời gian nó sẽ chẳng bao giờ trở nên chật chội.

Nhưng trong Sáng thế ký 3:24, chúng ta có thể thấy rằng Đức Chúa Trời đặt chê-ru-bin và thanh kiếm lửa khắp mọi hướng ở phía đông Vườn Ê-đen.

Điều này là do phía đông của vườn tiếp giáp với miền bóng tối. Các ác linh luôn luôn muốn vào bên trong Vườn vì nhiều lý do. Trước hết, chúng muốn cám dỗ A-đam và thứ nhì, chúng muốn chiếm lấy trái của cây sự sống. Chúng muốn có sự sống đời đời bằng cách ăn trái cây và đứng ra chống nghịch Đức Chúa Trời cách lâu dài. A-đam có nhiệm vụ bảo vệ Vườn Ê-đen khỏi các quyền lực tối tăm. Nhưng kể từ khi A-đam bị Sa-tan lừa dối để rồi người đã phải ăn cây biết điều thiện và điều ác và bị đuổi đến đất này, Chê-ru-bin với thanh kiếm lửa đã được thế chỗ để làm nhiệm vụ của người.

Chúng ta có thể luận ra rằng miền sáng nơi Vườn Ê-đen ngự tọa, và miền bóng tối là nơi các ác linh cùng tồn tại trong tầng trời thứ hai. Hơn nữa, trong miền sáng ở tầng trời thứ hai, có một nơi mà các tín hữu sẽ dự Bảy năm tiệc cưới với Chúa sau sự Hiện Đến Lần Hai của Ngài. Đây là nơi xinh đẹp hơn rất nhiều so với Vườn Ê-đen. Tất cả những kẻ được cứu kể từ buổi sáng thế đều được dự phần, chúng ta có thể hình dung ấy là một nơi rộng lớn bao la đến dường nào.

Ngoài ra còn có các tầng trời thứ ba và thứ tư trong cõi thần linh, những chi tiết cụ thể hơn sẽ được trình bày trong *Linh, Hồn, và Thân Thể* tập hai. Lý do Đức Chúa Trời phân chia không gian thuộc thể và không gian thuộc linh và phân loại chúng thành nhiều không gian khác nhau, mục đích cuối cùng là để phục vụ con người chúng ta. Nó được thực hiện trong trong sự tiên liệu cho công cuộc giáo hóa nhân loại để có được những con cái thật. Vậy, con người được hình thành ra sao và như thế nào?

3. Con Người với Linh, Hồn, và Thân Thể

Lịch sử của nhân loại được ghi lại trong Kinh Thánh bắt đầu vào thời A-đam bị đuổi ra khỏi Ê-đen để đến đất này do tội lỗi của người. Lịch sử này không bao gồm thời gian mà A-đam đã sống trong Vườn Ê-đen.

1) A-đam, một Loài Sinh Linh

Hiểu được con người đầu tiên, A-đam, là khởi đầu sự hiểu biết các nguyên tắc cơ bản của con người. Chúa tạo ra A-đam là một loài sinh linh vì công cuộc giáo hóa nhân loại. Sáng thế ký 2:7 nói về sự tạo dựng nên A-đam: *"Giê-hô-va Đức Chúa Trời bèn lấy bụi đất nắn nên hình người, hà sanh khí vào lỗ mũi; thì người trở nên một loài sanh linh."*

Nguyên liệu mà Đức Chúa Trời sử dụng để tạo nên A-đam là từ bụi đất. Ấy là vì con người sẽ trải qua công cuộc giáo hóa nhân loại trên đất nầy (Sáng thế ký 3:23).

Đó cũng là vì đất, bụi từ đất ra, sẽ thay đổi đặc tánh thùy theo các yếu tố thêm vào nó.

Đức Chúa Trời không chỉ tạo nên diện mạo con người từ bụi đất mà còn các cơ quan nội tạng, xương, tĩnh mạch và thần kinh. Một người thợ gốm giỏi sẽ làm nên một món đồ sứ có giá trị từ một nắm đất sét nguyên chất. Vì Đức Chúa Trời tạo dựng nên con người theo hình ảnh của Ngài, nên hình ảnh con người lẽ ra phải xinh đẹp biết dường nào!

A-đam đã được dựng nên với làn da màu trắng sữa tinh sạch. Người có tầm vóc cường tráng, thân thể người hoàn hảo từ đầu đến chân, cũng như tất cả các bộ phận cơ thể và mọi tế bào trong cơ thể người. Người tuyệt đẹp. Khi Đức Chúa Trời hà sanh khí vào A-đam, người trở thành một thực thể sống, một loài sinh linh. Quá trình này tương tự như một bóng đèn được lắp ráp tốt mà không thể tỏa sáng với ánh sáng của chính nó. Nó có thể tỏa sáng chỉ khi điện được cung cấp. Tim A-đam bắt đầu đập, máu của người lưu thông, tất cả các bộ phận cơ thể và các tế bào bắt đầu hoạt động chỉ sau khi người nhận được hơi thở sống từ Đức Chúa Trời. Bộ não của người bắt đầu hoạt động, mắt thấy, tai nghe, và cơ thể bắt đầu di chuyển theo ý muốn người chỉ sau khi người nhận được hơi thở sống.

Hơi thở sống là tinh thể của quyền năng Đức Chúa Trời. Nó còn được gọi là năng lượng của Đức Chúa Trời. Ấy là nguồn năng lượng cơ bản để tiếp tục một cuộc sống. Sau khi Đức Chúa Trời hà hơi thở sống vào A-đam, người đã mặc lấy một hình thức tâm linh giống hệt như cơ thể của mình. Diện mạo A-đam như thế nào thì tâm linh người cũng giống y như vậy. Tập hai của sách nầy sẽ cho chúng ta biết rõ hơn về hình thể của tâm linh.

Thân thể A-đam, người bấy giờ là một loài sinh linh, bao gồm thân thể bất diệt bằng thịt và xương. Thân thể chứa đựng thần linh thông giao với Đức Chúa Trời và một linh hồn có thể hỗ trợ cho tâm linh. Linh hồn và cơ thể tuân theo tâm linh, đây là cách người đã vâng giữ Lời Đức Chúa Trời và thông giao với Ngài là

Đấng thần linh.

Ngay khi A-đam mới được tạo dựng nên, người đã có một cơ thể của người lớn phát triển đầy đủ, nhưng chẳng có một tri thức nào. Cũng giống như một em bé có thể có nhân cách phù hợp và đóng một vai trò sản xuất trong xã hội chỉ thông qua giáo dục, người cũng đã phải có kiến thức đúng đắn. Vì vậy, sau khi đã dẫn người vào Vườn Ê-đen, Đức Chúa Trời dạy A-đam những kiến thức lẽ thật và kiến thức tâm linh. Đức Chúa Trời đã dạy cho ông sự hài hòa của tất cả mọi thứ trong vũ trụ, luật lệ của lĩnh vực tâm linh, Lời chân lý, và kiến thức vô hạn của Đức Chúa Trời. Đó là lý do tại sao A-đam có thể chinh phục trái đất và cai quản mọi sự.

Sống Trong Một Khoảng Thời Gian Không Kể Siết

A-đam, loài sinh linh tinh, cai trị Vườn Ê-đen và trái đất là chúa tể của muôn loài, có kiến thức và tri thức thuộc linh. Đức Chúa Trời nghĩ rằng loài người ở một mình thì không tốt, nên đã dựng nên một người nữ, Ê-va, từ xương sườn của người. Đức Chúa Trời đã tạo nên người nữ để làm người giúp đỡ phù hợp cho người nam và khiến cho cả hai trở nên một thịt. Vậy, câu hỏi đặt ra là, họ đã sống ở Vườn Ê-đen được bao lâu?

Kinh Thánh không cho biết một con số cụ thể, song họ đã sống trong một khoảng thời gian không thể hình dung nổi. Chúng ta có thể tìm thấy điều nầy trong Sáng thế ký 3:16, *"Ngài phán cùng người nữ rằng: Ta sẽ thêm điều cực khổ bội phần trong cơn thai nghén; ngươi sẽ chịu đau đớn mỗi khi sanh con; sự dục vọng ngươi phải xu hướng về chồng, và chồng sẽ cai trị ngươi.''*

Như tiền công của tội lỗi mà Ê-va đã phạm, bà đã phải chịu lấy một lời nguyền rằng sự đau đớn sẽ tăng lên gấp bội lúc sinh đẻ. Nói cách khác, trước khi bị nguyền rủa, bà đã sinh con cái trong Vườn Ê-đen, nhưng đã đau đớn gì cho đáng kể trong lúc sinh con. A-đam và Ê-va là loài sinh linh nên chắc hẳn đã không có tuổi. Vì vậy, họ đã sống trong một thời gian dài trong sự sinh sản thêm nhiều.

Nhiều người nghĩ rằng A-đam đã ăn cây biết điều thiện và điều ác ngay sau khi người được tạo dựng nên. Một số người thậm chí còn đặt ra các câu hỏi như sau: "Vì lịch sử nhân loại được ghi lại trong Kinh Thánh chỉ là khoảng 6.000 năm, vậy chúng ta giải thích như thế nào cho những hóa thạch được tìm thấy có hàng trăm ngàn năm tuổi?"

Lịch sử nhân loại được ghi lại trong Kinh Thánh bắt đầu từ thời điểm khi A-đam bị đuổi đến trái đất này sau khi người phạm tội. Nó không bao gồm thời gian người đã sống trong Vườn Ê-đen. Trong khi A-đam đương sống trong Vườn Ê-đen, Trái đất đã trải qua nhiều biến động trên bề mặt và có những thay đổi liên quan đến địa lý cũng như sự tăng trưởng và tuyệt chủng của nhiều sinh vật sống khác nhau. Một số trong chúng trở thành hóa thạch. Vì lý do này, chúng ta có thể tìm thấy các hóa thạch có hàng triệu năm tuổi.

2) A-đam Phạm Tội

Khi Đức Chúa Trời đặt A-đam vào Vườn Ê-đen, Ngài cấm người một điều. Ngài căn dặn người chớ nên ăn cây biết điều thiện và điều ác. Song sau một thời gian dài trôi qua, cuối cùng A-đam và Ê-va đã ăn cây đó. Họ đã bị đuổi khỏi Ê-đen để đến Trái Đất nầy, và công cuộc giáo hóa nhân loại bắt đầu từ đó.

Làm thế nào A-đam đã trở nên phạm tội? Có một loài đứng sau thẩm quyền to lớn mà A-đam đã nhận được từ Đức Chúa Trời. Đó là Lu-ci-phe, kẻ đứng đầu hết thảy các ác linh. Lu-ci-phe nghĩ rằng nó phải chiếm cho bằng được thẩm quyền từ A-đam để đứng ra chống nghịch Đức Chúa Trời và giành chiến thắng trong trận chiến. Lu-ci-phe đã lập một kế hoạch tinh vi và sử dụng một con rắn, đó là loài xảo quyệt.

Như có chép trong Sáng thế ký 3:1, *"Vả, trong các loài thú đồng mà Giê-hô-va Đức Chúa Trời đã làm nên, có con rắn là giống quỉ quyệt hơn hết,"* con rắn là loài vốn có sự quỉ quyệt.

Chính vì vậy mà nó có khả năng chấp nhận sự gian ác và mưu mẹo hơn những loài khác. Nó đã bị xúi giục bởi các ác linh và đã trở thành công cụ để chúng cám dỗ con người.

Các Ác Linh Luôn Cám Dỗ Con Người

A-đam lúc bấy giờ có thẩm quyền rất lớn cai quản trên cả Vườn Ê-đen và Trái Đất, nên con rắn không dễ gì trực tiếp cám dỗ người. Vì vậy nó đã chọn bà Ê-va để cám dỗ trước. Con rắn đã hỏi bà cách xảo quyệt rằng, *"Mà chi! Đức Chúa Trời há có phán dặn các ngươi không được phép ăn trái các cây trong vườn sao?"* (c. 1) Đức Chúa Trời chẳng hề phán truyền cùng bà Ê-va bất kỳ một điều gì. Mạng lệnh được ban cho A-đam. Nhưng con rắn đã hỏi như thể Đức Chúa Trời đã trực tiếp phán truyền cùng bà Ê-va. Câu trả lời của bà được chép rằng, *"Người nữ đáp rằng: Chúng ta được ăn trái các cây trong vườn, song về phần trái của cây mọc giữa vườn, Đức Chúa Trời có phán rằng: Hai ngươi chẳng nên ăn đến và cũng chẳng nên đá động đến, e khi hai ngươi phải chết chăng"* (Sáng thế ký 3:2-3).

Đức Chúa Trời phán, *"... một mai ngươi ăn, chắc sẽ chết"* (Sáng thế ký 2:17). Song bà Ê-va đáp, "e khi hai ngươi phải chết chăng." Chúng ta có thể nghĩ rằng chỉ có một sự khác biệt rất nhỏ, nhưng điều đó chứng tỏ rằng bà đã không giữ Lời Chúa trong tâm trí mình một cách chính xác. Đây cũng nói lên rằng bà không hoàn toàn tin Lời Chúa. Khi con rắn thấy bà Ê-va không nhớ rõ Lời Chúa, nó đã bắt đầu để cám dỗ bà cách quyết liệt hơn.

Sáng thế ký 3:4-5 chép rằng, *"Rắn bèn nói với người nữ rằng: Hai ngươi chẳng chết đâu; nhưng Đức Chúa Trời biết rằng hễ ngày nào hai ngươi ăn trái cây đó, mắt mình mở ra, sẽ như Đức Chúa Trời, biết điều thiện và điều ác."*

Theo như Sa-tan xúi giục con rắn đặt ham muốn vào tâm trí bà Ê-va, cây biết điều thiện và điều ác dường như khác đi đối với bà vì như có chép rằng, *"...trái của cây đó bộ ăn ngon, lại đẹp mắt và quí vì để mở trí khôn"* (c. 6).

Bà Ê-va chẳng hề có ý định chống lại Lời Chúa, song khi lòng ham muốn được hình thành, cuối cùng bà đã ăn cây đó. Bà cũng đã đưa cho chồng là A-đam ăn nữa.

Lời Bào Chữa của A-đam và Ê-va

Trong Sáng thế ký 3:11, Đức Chúa Trời hỏi A-đam, *"Ngươi có ăn trái cây ta đã dặn không nên ăn đó chăng?"*

Đức Chúa Trời biết mọi sự, song Ngài muốn A-đam thừa nhận lỗi lầm và ăn năn. Song A-đam thưa rằng, *"Người nữ mà Chúa đã để gần bên tôi cho tôi trái cây đó và tôi đã ăn rồi"* (c. 12). A-đam muốn nói một cách giáng tiếp rằng nếu Đức Chúa Trời không ban người nữ ấy cho mình, hẳn người đã chẳng phạm đến điều ấy. Thay vì nhận biết việc làm sai trật của mình, người muốn thoát khỏi hậu quả của tình trạng này. Đương nhiên, E-va chính là người đã trao trái cây đó cho A-đam ăn. Nhưng A-đam là người làm đầu của người nữ nên ông ta lẽ ra phải nhận trách nhiệm về những gì đã xảy ra.

Bấy giờ, Đức Chúa Trời hỏi người nữ rằng, *"Ngươi có làm điều chi vậy?"* (Sáng thế ký 3:13) Nếu A-đam phải chịu trách nhiệm, Ê-va cũng không thể được miễn tội mà mình đã phạm. Nhưng bà cũng đổ lỗi cho con rắn mà rằng, *"Con rắn dỗ dành tôi và tôi đã ăn rồi."* Rồi điều gì đã xảy ra cho A-đam và Ê-va khi đã phạm phải các tội nầy?

Tâm Linh A-đam Phải Chết

Sáng thế ký 2:17 chép rằng, *"...nhưng về cây biết điều thiện và điều ác thì chớ hề ăn đến; vì một mai ngươi ăn, chắc sẽ chết.*"

Sự "chết" mà Đức Chúa Trời muốn nói đến ở đây chẳng phải là sự chết về thân thể, mà sự chết tâm linh. Tâm linh bị chết không có nghĩa nó biến mất hoàn toàn khỏi con người. Điều nầy có nghĩa rằng mối thông giao với Đức Chúa Trời bị cắt đứt và không còn có tác dụng. Tâm linh vẫn còn đó, song nó không thể được cung cấp với những điều thiêng liêng từ Đức Chúa Trời nữa. Tình trạng này cũng chẳng khác gì đã chết.

Vì tâm linh của A-đam và Ê-va đã chết, Đức Chúa Trời không thể để cho họ sống trong Vườn Ê-đen, nơi thuộc thiên giới, được nữa. Sáng thế ký 3:22-23 chép rằng, *"Giê-hô-va Đức Chúa Trời phán rằng: Nầy, về sự phân biệt điều thiện và điều ác, loài người đã thành một bực như chúng ta; vậy bây giờ, ta hãy coi chừng, e loài người giơ tay lên cũng hái trái cây sự sống mà ăn và được sống đời đời chăng. Giê-hô-va Đức Chúa Trời bèn đuổi loài người ra khỏi vườn Ê-đen đặng cày cấy đất, là nơi có người ra.*"

Đức Chúa Trời phán rằng, "loài người đã thành một bực như chúng ta" không có nghĩa rằng A-đam đã thật sự trở nên giống như Đức Chúa Trời. Điều nầy có nghĩa rằng A-đam đã từng chỉ biết có lẽ thật, song Đức Chúa Trời biết cả lẽ thật và sự giả dối, bấy giờ A-đam cũng đã biết về sự giả dối. Như một hệ quả, A-đam từng là một loài sinh linh, bấy giờ đã phải trở nên loài xác thịt. Người đã phải đối diện với sự chết. Hơn nữa, nếu A-đam ăn cây sự sống, người sẽ sống đời đời. Do đó Đức Chúa Trời không thể để cho người ở trong Vườn Ê-đen nữa.

3) Trở Lại Không Gian Thuộc Thể

Sau khi A-đam bất tuân Đức Chúa Trời và ăn trái cây biết điều thiện và điều ác, mọi sự đã thay đổi. Người đã bị đuổi khỏi Vườn để đến đất nầy, một không gian thuộc thể, người phải đổ mồ hôi và làm lụng khó nhọc mới thu được hoa lợi từ đất. Mọi thứ đều chịu rủa sả, môi trường tốt đẹp của thời mà điểm Đức Chúa Trời sáng tạo đã không còn nữa.

Sáng thế ký 3:17 chép rằng, *"Ngài lại phán cùng A-đam rằng: Vì ngươi nghe theo lời vợ mà ăn trái cây ta đã dặn không nên ăn, vậy, đất sẽ bị rủa sả vì ngươi; trọn đời ngươi phải chịu khó nhọc mới có vật đất sanh ra mà ăn."*

Từ câu nầy chúng ta có thể thấy rằng, vì cớ tội lỗi của A-đam nên không chỉ mình A-đam mà mọi thứ trên đất, ấy là toàn bộ tầng trời thứ nhất đều bị rủa sả. Muôn vật trên đất đều xinh đẹp và hài hòa nhưng rồi một trật tự thuộc thể khác với các luật lệ về thế giới vật chất đã được lập nên. Do chính sự rủa sả nầy, đã xuất hiện và tồn tại vi trùng và vi-rút, và động vật và thực vật cũng bắt đầu thay đổi.

Trong Sáng thế ký 3:18-19 Đức Chúa Trời tiếp tục phán cùng A-đam rằng, *"Đất sẽ sanh chông gai và cây tật lê, và ngươi sẽ ăn rau của đồng ruộng. Ngươi sẽ làm đổ mồ hôi trán mới có mà ăn, cho đến ngày nào ngươi trở về đất, là nơi mà có ngươi ra; vì ngươi là bụi, ngươi sẽ trở về bụi."* Khi đất bị rủa sả, những thứ cây cỏ vô dụng đã xuất hiện và tồn tại. Cũng có những côn trùng độc hại đã được sanh ra. Bấy giờ người đã phải cất bỏ những thứ độc hại đó để cày cấy và làm cho nó trở nên đất tốt.

Sự Cần Thiết đối với Việc Tu Dưỡng Tấm Lòng

Như A-đam đã phải cày cấy đất, một hoàn cảnh tương tự đã tồn tại dành cho loài người bấy giờ đã phải trải qua công cuộc giáo hóa nhân loại trên đất nầy. Trước khi loài người phạm tội, họ có tấm lòng thánh khiết, không chỗ chê trách và chỉ có tri thức thuộc linh. Sáng thế ký 3:23 chép rằng, *"...Giê-hô-va Đức Chúa Trời bèn đuổi loài người ra khỏi vườn Ê-đen đặng cày cấy đất, là nơi có người ra."* Câu nầy ví sánh A-đam, người được tạo dựng nên từ đất, với đất mà từ đó người đã được sanh ra. Điều nầy ý nói rằng bấy giờ người phải tu dưỡng lòng mình.

Trước khi phạm tội, người chẳng cần phải tu dưỡng tâm tính, vì người chẳng hề có một sự ác nào trong lòng.

Nhưng sau khi người phạm tội bất tuân, kẻ thù ma quỉ và Sa-tan bắt đầu làm chủ trên người. Chúng gieo những điều xác thịt vào lòng người ngày càng thêm. Chúng gieo vào lòng sự thù hận, giận dữ, kiêu ngạo, ngoại tình, v.v. Những thứ nầy bắt đầu lớn lên cùng những gai và cây tật lê trong lòng. Loài người ngày càng thâm nhiễm bởi xác thịt.

Để 'cày cấy đất, là nơi có người ra' có nghĩa rằng chúng ta phải tin nhận Chúa Giê-su Christ; phải dùng Lời Chúa để quăng xa sự xác thịt đã được gieo vào lòng chúng ta; và chúng ta phải phục hồi lại tình trạng thuộc linh. Nếu không, chúng ta phải sở hữu một 'tâm linh chết' để rồi chúng ta không thể và sẽ không được vui hưởng sự sống đời đời với một tâm linh chết. Lý do mà con người được trưởng dưỡng trên đất nầy ấy là để tu dưỡng tấm lòng xác thịt của chúng ta để phục hồi lại tấm lòng trong sạch và thiêng liêng. Ấy là tấm lòng giống như A-đam đã có trước khi người sa ngã.

Đối với A-đam việc bị đuổi khỏi Vườn Ê-đen để đến sống trên đất nầy là một sự thay đổi đầy kịch tính. Điều nầy còn đau đớn và bối rối hơn cả một hoàn tử của một nước lớn phải bất ngờ trở thành một nông dân nghèo khổ. Thậm chí Bấy giờ Ê-va còn chịu đau đớn bội phần trong kỳ sinh đẻ.

Khi còn sống trong Vườn Ê-đen, họ chẳng hề biết để sự chết. Nhưng bấy giờ họ đã phải đối diện với sự chết khi sống trên thế giới hữu hình nầy là thế giới sẽ hư mất và suy tàn. Sáng thế ký 3:19 chép rằng, *"Ngươi sẽ làm đổ mồ hôi trán mới có mà ăn, cho đến ngày nào ngươi trở về đất, là nơi mà có ngươi ra; vì ngươi là bụi, ngươi sẽ trở về bụi."* Như đã chép, bấy giờ loài người đã phải chết.

Đương nhiên thần linh của A-đam đến từ Đức Chúa Trời, nên thần linh nầy không thể bị diệt mất hoàn toàn. Sáng thế ký 2:7 chép rằng, *"Giê-hô-va Đức Chúa Trời bèn lấy bụi đất nắn nên hình người, hà sanh khí vào lỗ mũi; thì người trở nên một loài sanh linh."* Sanh khí là đặc tính bất diệt của Đức Chúa Trời.

Nhưng tâm linh của A-đam không còn sống động nữa. Do vậy, tâm hồn đã tiếp nhận lấy chức năng làm chủ của con người và kiểm soát mọi hoạt động của con người. Kể từ thời điểm đó, A-đam đã phải chịu ảnh hưởng của tuổi tác và cuối cùng phải đối diện với sự chết theo qui luật chung của thế giới hữu hình nầy. Người đã phải trở lại với đất.

Vào thời điểm đó, mặc dù trái đất đã bị nguyền rủa, tội lỗi và sự dữ không phải đầy dẫy như ngày hôm nay, và như vậy A-đam sống đến tuổi 930 (Sáng thế ký 5:5).

Thời gian trôi qua con người mỗi ngày càng trở nên gian ác hơn. Như một hệ quả, tuổi thọ của họ đã bị rút ngắn lại. Sau khi ra khỏi Vườn Ê-đen và đến trên đất nầy, A-đam và Ê-va đã phải tự thích nghi với môi trường mới. Trên hết mọi sự, họ đã phải sống như một loài xác thịt chứ chẳng phải loài sinh linh. Họ trở nên mệt mỏi sau khi làm việc, nên cần được nghỉ ngơi. Họ trở nên đau ốm và bệnh tật. Hệ tiêu hóa của họ cũng thay đổi theo khẩu phần. Họ đã phải có xu hướng chè chén sau khi ăn. Mọi sự đều thay đổi. Tội bất tuân của A-đam chẳng phải là chuyện nhỏ. Tội lỗi đó đã đến với hết thảy nhân loại. A-đam và Ê-va cùng hết thảy hậu tự của người trên đất nầy đã phải bắt đầu cuộc sống vật chất với tâm linh đã chết.

Chương 3
Con Người trong Không Gian Thuộc Thể

Xác thịt là bản tính kết hiệp với tội lỗi,
nên con người có xu hướng phạm tội trong kkhông gian thuộc thể nầy.
Tuy nhiên, trong cốt lõi của con người,
mầm sự sống mà Đức Chúa Trời đã ban cho được đặt để trong đó,
và với mầm sự sống nầy, công cuộc giáo hóa nhân loại có thể được thực hiện.

1. Mầm Sự Sống

2. Con Người Đến và Tồn Tại Như Thế Nào

3. Lương Tâm

4. Những Công Việc của Xác Thịt

5. Công Cuộc Giáo Hóa

A-đam và Ê-va đã sanh rất nhiều con cái trên đất nầy. Mặc dù tâm linh của họ đã chết, Đức Chúa Trời chẳng lìa khỏi họ. Ngài dạy bảo họ về những tri thức cần thiết cho cuộc sống trên đất nầy. A-đam đã dạy bảo con cái người về lẽ thật, do vậy cả Ca-in và A-bên đều biết rõ họ nên dâng của lễ cho Đức Chúa Trời như thế nào.

Theo dòng thời gian, Ca-in đã đem bông trái từ đất làm của lễ dâng lên cho Đức Chúa Trời, song A-bên đã dâng của lễ huyết lên cho Đức Chúa Trời là của lễ mà Ngài ưa thích. Khi Đức Chúa Trời chỉ nhận của lễ của A-bên, thay vì nhận biết thiếu sót và ăn năn, Ca-in đã đem lòng ganh ghét với A-bên đến mức giết chết em mình.

Khi thời gian trôi qua, tội lỗi ngày một gia tăng cho đến mức lan tràn, vào thời Nô-ê, trái đất đầy dẫy sự hung ác của con người tới mức cuối cùng Đức Chúa Trời đã phạt cả trái đất bằng nước. Nhưng Đức Chúa Trời đã cho Nô-ê và ba người con trai của ông hình thành nên một giống dân mới. Bấy giờ điều gì đã xảy ra đối với loài người là những kẻ đã đến và sống trên đất nầy?

1. Mầm Sự Sống

Sau khi A-đam phạm tội, mối thông giao của người với Đức Chúa Trời bị cắt đứt. Linh năng của người bị thất thóat, năng lượng xác thịt đã thâm nhập vào và bao phủ mầm sự sống trong người.

Đức Chúa Trời tạo dựng nên A-đam từ bụi đất. Trong tiếng Hê-bơ-rơ, từ 'Adamah' có nghĩa là mặt đất hay trái đất. Đức Chúa Trời đã tạo nên hình hài con người bởi đất sét rồi hà sanh khí vào lỗ mũi người. Trong sách Ê-sai cũng cho chúng ta biết rằng con người 'được làm nên bởi đất sét.'

Ê-sai 64:8 có chép rằng, *"Hỡi Đức Giê-hô-va, dầu vậy, bây giờ Ngài là Cha chúng tôi! Chúng tôi là đất sét, Ngài là thợ gốm chúng tôi; chúng tôi thảy là việc của tay Ngài."*

Ngay sau khi tôi khởi sự hội thánh nầy, Đức Chúa Trời tỏ cho tôi thấy một khải tượng về việc chính tay Ngài đã dùng đất sét để tạo dựng nên A-đam. Chất liệu mà Đức Chúa Trời đã sử dụng ấy đất trộn lẫn với nước, đất sét. Nước ở đây nói đến Lời Đức Chúa Trời (Giăng 4:14). Khi đất và nước được kết hợp lại với nhau rồi đến hơi thở sự sống được hà vào trong đó, huyết, ấy là sự sống, bắt đầu tuần hoàn và trở nên một loài sống động (Lê-vi ký 17:14).

Hơi thở sự sống có quyền năng của Đức Chúa Trời trong đó. Vì nó ra từ Đức Chúa Trời nên nó không bao giờ bị truất diệt. Kinh Thánh không nói cách đơn giản rằng A-đam đã trở thành một con người. Kinh thánh chỉ nói rằng người đã trở thành một loài có sự sống. Ấy là nói rằng người là một loài sinh linh. Người có thể sống đời đời cho dù người được tạo dựng nên từ bụi đất. Từ đây chúng ta có thể hiểu được ý nghĩa của câu Kinh Thánh trong Giăng 10:34-35 rằng, *"Đức Chúa Jêsus đáp rằng: Trong luật pháp của các ngươi há chẳng chép rằng: Ta đã phán: Các ngươi là các thần, hay sao? Nếu luật pháp gọi những kẻ được lời Đức Chúa Trời phán đến là các thần, và nếu Kinh thánh không thể bỏ được,...'"*

Khi được tạo dựng nên, ngay từ ban đầu con người đã có thể sống đời đời chẳng hề biết đến sự chết về thân thể. Mặc dù thần linh của A-đam bị chết vì sự bất tuân của mình, song cốt lõi của vấn đề ấy là mầm sự sống được Đức Chúa Trời ban cho. Nó là sự đời đời và bởi nó mà mọi người đều có thể được tái sanh để làm con cái của Đức Chúa Trời.

Mầm Sự Sống Được Ban Cho Mọi Người

Khi Đức Chúa Trời tạo dựng nên A-đam, Ngài đã đặt để mầm sự sống bất diệt trong người. Mầm sự sống là hột giống ban đầu Đức Chúa Trời đã đặt để vào thần linh của A-đam, ấy là phần cốt lõi của thần linh người. Nó là thần linh ban đầu, nguồn năng lực để chiêm ngưỡng Đức Chúa Trời và giữ trọn phận sự của con người.

Vào tháng thứ sáu của thai kỳ, Đức Chúa Trời ban mầm sự sống với thần của con người cho phôi thai. Mầm sự sống nầy là tấm lòng và quyền năng của Đức Chúa Trời hầu cho con người có thể thông giao với Đức Chúa Trời. Hầu hết những ai không thừa nhận sự hiện diện của Đức Chúa Trời đều là những kẻ vẫn có sự sợ hãi hay có sự hiểu biết nào đó về sự sống đời sau hoặc tự trong sâu thẳm lòng mình, họ không thể thật sự chối bỏ Đức Chúa, vì trong sâu thẳm lòng mình, hết thảy họ đều có mầm sự sống.

Kim Tự Tháp và các di tích khác đều có chứa đựng những khái niệm của con người về sự sống đời đời và những hy vọng của họ về nơi yên nghỉ đời đời. Ngay cả những con người dũng cảm nhất vẫn sợ chết vì mầm sự sống trong họ nhận biết về sự sống hầu đến.

Mọi người đều có mầm sự sống được Đức Chúa Trời ban cho, nên người ta có khuynh hướng tìm kiếm Đức Chúa Trời theo bản tánh tự nhiên của mình (Truyền Đạo 3:11). Hoạt động của mầm sự sống có vai trò giống như trái tim của con người, do đó có liên quan trực tiếp đến đời sống tâm linh. Sự tuần hoàn của máu mang ô-xy và dưỡng chất đến cho cơ thể nhờ vào chức năng của tim. Tương tự, nếu mầm sự sống được kích hoạt trong một con người, thần của người ấy cũng sẽ trở thành năng lượng và bấy giờ người ấy có thể thông giao với Đức Chúa Trời. Ngược lại, nếu tâm linh bị chết, mầm sự sống không hoạt động và người ta không thể thông giao trực tiếp với Đức Chúa Trời.

Mầm Sự Sống Là Cốt Lõi của Tâm Linh

A-đam được Đức Chúa Trời dạy dỗ, người được đầy dẫy sự

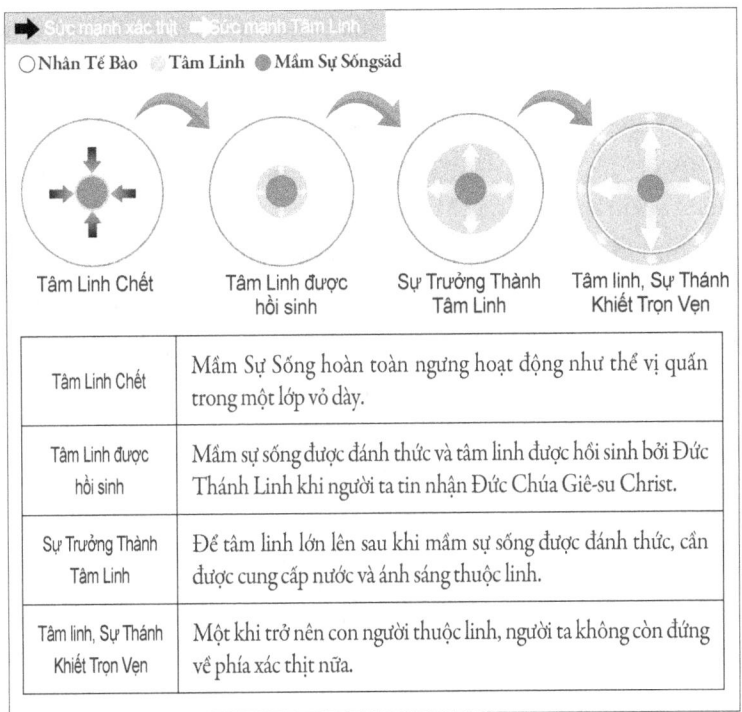

Sức mạnh xác thịt   Sức mạnh Tâm Linh

○ Nhân Tế Bào   ● Tâm Linh   ● Mầm Sự Sốngsäd

| Tâm Linh Chết | Tâm Linh được hồi sinh | Sự Trưởng Thành Tâm Linh | Tâm linh, Sự Thánh Khiết Trọn Vẹn |

Tâm Linh Chết	Mầm Sự Sống hoàn toàn ngưng hoạt động như thể vị quấn trong một lớp vỏ dày.
Tâm Linh được hồi sinh	Mầm sự sống được đánh thức và tâm linh được hồi sinh bởi Đức Thánh Linh khi người ta tin nhận Đức Chúa Giê-su Christ.
Sự Trưởng Thành Tâm Linh	Để tâm linh lớn lên sau khi mầm sự sống được đánh thức, cần được cung cấp nước và ánh sáng thuộc linh.
Tâm linh, Sự Thánh Khiết Trọn Vẹn	Một khi trở nên con người thuộc linh, người ta không còn đứng về phía xác thịt nữa.

hiểu biết về lẽ thật. Mầm sống trong người hoàn toàn chủ động. Người được đổ đầy linh năng. Người đã trở nên thông sáng đến mức đã có thể đặt tên cho hết thảy những vật sống và làm chủ muôn loài, cai quản trên chúng. Nhưng sau khi người phạm tội, mối thông giao của người với Đức Chúa Trời đã bị cắt đứt. Linh năng cũng bắt đầu bị rò rỉ khỏi người. Linh năng của người đã bị thay thế bởi năng lực xác thịt trong lòng người và năng lực xác thịt cũng che phủ trên mầm sự sống. Từ thời điểm đó, mầm sự sống đã mất dần sự sáng và cuối cùng đã trở nên tê liệt.

Cũng giống như cuộc sống của con người chấm dứt khi tim ngừng đập, tâm linh của A-đam cũng chết khi mầm sự không còn sống động nữa. Tâm linh người đã chết có nghĩa rằng mầm sự sống trong người đã hoàn toàn ngưng hoạt động, do vậy hột giống ấy dường như đã chết. Vì thế, mọi người trong không gian hữu hình đều sinh ra với mầm sự sống đã hoàn toàn tê liệt.

Từ khi A-đam sa ngã, loài người không thể thoát khỏi sự chết. Để có lại sự sống đời đời, con người phải giải quyết nan đề tội lỗi với sự vùa giúp của Đức Chúa Trời là sự Sáng. Ấy là, họ phải tin nhận Đức Chúa Giê-su Christ để được tha tội. Để chúng ta có thể nhận lãnh sự ban cho Đức Thánh Linh, Chúa Giê-su đã chết trên thập tự giá gánh lấy tội lỗi của hết thảy loài người. Ngài đã trở nên con đường, chân lý, và sự sống, để nhờ đó mọi người đều có thể có được sự sống đời đời. Khi tin nhận Chúa Giê-su làm Cứu Chúa của mình, chúng ta được tha tội và trở nên con cái của Đức Chúa Trời bởi việc nhận lãnh Thánh Linh.

Đức Thánh Linh kích hoạt mầm sự sống trong chúng ta. Đây là sự làm cho sống lại tâm linh đã chết. Từ đó, mầm sự sống đã mất đi sự sáng bắt đầu chiếu sáng trở lại. Đương nhiên, nó không thể chiếu sáng đầy trọn như ở A-đam, song cường độ sự sáng sẽ trở nên mạnh hơn khi tâm thước đức tin của con người được tăng trưởng, tâm linh họ lớn lên và trưởng thành.

Mầm sự sống càng được đổ đầy Thánh Linh, ánh sáng nó chiếu ra càng mạnh mẽ hơn, và sự sáng ra từ thân thể thuộc linh cũng mạnh mẽ hơn. Tùy vào mức độ tiếp nhận tri thức lẽ thật cho chính mình, người ta có thể phục hồi lại ảnh tượng đã mất của Đức Chúa Trời và trở nên con cái thật của Ngài.

Mầm Sống Hữu Hình

Bên cạnh mầm sống tâm linh là điều cốt lõi của tâm linh, còn có mầm sống hữu hình. Ấy là tinh trùng và trứng. Đức Chúa Trời đã lập kế họach về công cuộc trưởng dưỡng loài người để có được con cái thật là những người mà Ngài có thể chia sẻ tình yêu. Để thực hiện kế hoạch nầy, Ngài ban cho con người mầm sống hầu cho họ có thể sinh sản thêm nhiều để làm đầy dẫy đất. Không gian thuộc linh, nơi ở của Đức Chúa Trời, là một không gian vô hạn, và đây có thể là một nơi đơn độc và hoang vắng không một bóng người. Ấy là tại sao Đức Chúa Trời đã tạo dựng nên A-đam là một loài sinh linh và khiến cho loài người sanh sảnh thêm nhiều hết thế hệ nầy đến thế hệ khác hầu cho Đức Chúa Trời có thể có được nhiều con cái.

Loại con cái mà Đức Chúa Trời mong muốn đó là những kẻ có tâm linh chết được sống lại để có thể thông giao với Ngài, và đó là những kẻ sẽ có thể chia sẻ tình yêu đời đời với Ngài trong vương quốc thiên đàng. Để có được những con cái thật như vậy, Đức Chúa Trời đã ban mầm sống nầy cho mọi người, và Ngài đã điều khiển công cuộc trưởng dưỡng loài người nầy kể từ thời A-đam. Đa-vít đã nhận biết được tình yêu và kế hoạch nầy của Đức Chúa Trời nên người đã nói rằng, *"Tôi cảm tạ Chúa, vì tôi được dựng nên cách đáng sợ lạ lùng. Công việc Chúa thật lạ lùng, lòng tôi biết rõ lắm"* (Thi Thiên 139:14).

2. Con Người Đến và Tồn Tại Như Thế Nào

Một con người không thể được nhân bản từ một con người khác. Thậm chí nếu người ta có sao chép được ngoại hình của một con người, thì nó cũng không phải là một con người vì nó chẳng có tâm linh. Con người được nhân bản vô tính sẽ không khác gì một con vật.

Một sự sống mới được hình thành khi tinh trùng của người nam và trứng của người nữ được kết hiệp với nhau. Để trở nên hình hài trọn vẹn của một con người, phôi thai đã ở trong bụng mẹ chín tháng. Chúng ta có thể cảm nhận được quuyền năng mầu nhiệm của Đức Chúa Trời khi chúng ta xem xét quá trình tăng trưởng từ lúc thụ thai cho đến quá trình của thai kỳ.

Trong tháng đầu tiên, hệ thống thần kinh bắt đầu phát triển. Công việc cơ bản được thực hiện để máu, xương, cơ bắp, tĩnh mạch, và các cơ quan nội tạng có thể được hình thành. Trong tháng thứ hai, tim bắt đầu đập và có bề ngoài hao hao giống con người. Tại thời điểm này, đầu và chân tay có thể được nhận thấy. Trong tháng thứ ba mặt được hình thành. Nó có thể tự cử động đầu, thân và chân tay, và các cơ quan sinh dục cũng phát triển.

Nhau thai được hoàn thành từ tháng thứ tư, để tăng cường cung cấp chất dinh dưỡng, chiều dài và trọng lượng của thai nhi tăng lên nhanh chóng. Tất cả các bộ phận cơ thể duy trì chức năng cơ thể và cuộc sống bình thường. Cơ bắp phát triển từ

46

tháng thứ năm và khả năng nghe cũng phát triển và có thể nghe được âm thanh. Trong tháng thứ sáu cơ quan tiêu hóa phát triển nên thậm chí sự tăng trưởng còn trở nên nhanh hơn. Trong tháng thứ bảy tóc bắt đầu phát triển trên đầu, và với sự phát triển của phổi, thai nhi bắt đầu thở.

Các cơ quan sinh dục và khả năng nghe được hoàn thành trong tháng thứ tám. Bào thai thậm chí còn có thể phản ứng với âm thanh bên ngoài. Trong tháng chín, tóc trở nên dày hơn, những sợi lông tốt trên cơ thể biến mất, và các chi trở nên múm mĩm. Sau chín tháng, một em bé ở mức trung bình khoảng 50 cm chiều dài và trọng lượng cơ thể khoảng 3,2 kg được sinh ra.

Thai Nhi là Một Sự Sống Thuộc về Đức Chúa Trời

Với sự phát triển của khoa học ngày nay, người rất chú tâm đến những sự sống nhân bản. Song, như đã nói trước đây, không kể khoa học tiến bộ như thế nào, con người không thể được tạo ra theo phương pháp nhân bản vô tính. Cho dù người ta có thể sao chép được hình dáng bên ngoài của một con người, nhưng nó sẽ chẳng có tâm linh. Nếu không có tâm linh thì nó chẳng hơn gì một con vật.

Trong quá trình phát triển của một con người, không giống như tất cả các loài động vật khác, đến một thời điểm thì con người được ban cho tâm linh. Trong tháng thứ sáu của thai kỳ, thai nhi có các cơ quan khác nhau, một khuôn mặt và chân tay. Nó đang trở thành một chiếc bình để chứa đựng tâm linh mình.

Tại thời điểm này, Đức Chúa Trời ban mầm sống cho con người cùng với tâm linh của nó. Kinh Thánh có một sự ghi chép mà từ đó chúng ta có thể suy ra thực tế này. Đây là sự ghi chép về phản ứng của một bào thai sáu tháng tuổi trong bụng mẹ.

Lu-ca 1:41-44 chép rằng, *"Và, Ê-li-sa-bét vừa nghe tiếng Ma-ri chào, con nhỏ ở trong lòng liền nhảy nhót; và Ê-li-sa-bét được đầy Đức Thánh Linh, bèn cất tiếng kêu rằng: Ngươi có phước trong đám đàn bà, thai trong lòng ngươi cũng được phước. Nhân đâu ta được sự vẻ vang nầy, là mẹ Chúa ta đến thăm ta? Bởi vì tai ta mới nghe tiếng ngươi chào, thì con nhỏ ở trong lòng ta liền nhảy mừng."*

Điều nầy đã xảy ra khi Chúa Giê-su vừa mới được hình thành trong bụng Trinh Nữ Ma-ri khi người đến thăm Ê-li-sa-bét người đã thụ thai Giăng Báp-tít sáu tháng trước. Từ trong bụng mẹ Giăng Báp-tít đã nhảy lên vui mừng khi nghe Trinh Nữ Ma-ri đến. Ông đã nhận biết Chúa Giê-su trong bụng Ma-ri và đã được đầy dẫy Thánh Linh. Bào thai không chỉ là một sự sống mà còn là một thực thể thuộc linh nên có thể được đầy dẫy Thánh Linh từ tháng thứ sáu của thai kỳ. Một con người là một sự sống thuộc về Đức Chúa Trời từ lúc thụ thai. Chỉ có Đức Chúa Trời mới có quyền tối cao đối với sự sống. Vì vậy, chúng ta không được hủy bỏ một em bé khi chúng ta cho là phải hoặc cần thiết, ngay cả khi thai nhi chưa có tâm linh.

Khoảng thời gian chín tháng mà thai nhi phát triển trong tử cung là rất quan trọng. Nó được cung cấp với tất cả mọi thứ cần thiết cho sự tăng trưởng từ mẹ, vì vậy mẹ phải có một chế độ ăn uống quân bình. Những cảm giác và suy nghĩ của người mẹ cũng đã ảnh hưởng đến sự hình thành tính cách, cá tính, và trí thông minh của thai nhi. Nó có đồng một tâm linh. Những đứa trẻ của những bà mẹ người phục vụ vương quốc Đức Chúa Trời và cầu nguyện siêng năng thường được sinh ra có tính cách hòa nhã, lớn lên với sự khôn ngoan và khỏe mạnh.

Chủ quyền đối với cuộc sống hoàn toàn thuộc về Đức Chúa Trời, nhưng Ngài không can thiệp vào quá trình thụ thai, sinh con, và tăng trưởng của con người. Bản chất bẩm sinh được quyết định thông qua năng lượng cuộc sống có trong trứng và tinh trùng của cha mẹ. Các đặc điểm tính cách khác là những điều đạt được và chúng phát triển tùy theo môi trường và những ảnh hưởng khác.

Sự Can Thiệp Đặc Biệt của Đức Chúa Trời

Có một số trường hợp Đức Chúa Trời can thiệp vào sự thụ thai và sinh nở của con người. Trước tiên, ấy là khi cha mẹ làm đẹp ý Đức Chúa Trời bởi đức tin và sự cầu nguyện sốt sắng. An-ne, một người nữ trong thời Các Quan Xét, đã sống trong đau đớn và khổ sở vì bà không thể có con, bà đã đến trước mặt Đức Chúa Trời, cầu xin tha thiết. Bà đã thệ nguyện rằng, nếu Đức Chúa Trời ban cho bà một con trai thì bà sẽ dâng con ấy lên cho Ngài.

Đức Chúa Trời đã nghe lời cầu nguyện của bà và ban phước cho bà thọ thai và sanh một con trai. Như đã thệ nguyện, bà mang con trẻ ấy, Sa-mu-ên, đến trước thầy tế lễ ngay khi con trẻ vừa cai sữa và dâng con trẻ ấy để làm tôi tớ Đức Chúa Trời. Sa-mu-ên đã thông giao với Đức Chúa Trời từ thời thơ ấu và sau nầy trở thành một đấng tiên tri vĩ đại của Y-sơ-ra-ên. Khi An-ne giữ lời thề mình, Đức Chúa Trời đã ban phước cho bà có thêm ba con trai và hai con gái nữa (1 Sa-mu-ên 2:21).

Thứ nhì, Đức Chúa Trời can thiệp vào đời sống của những kẻ được biệt riêng cho sự tiên liệu của Ngài. Để hiểu điều nầy, chúng ta cần phải hiểu sự khác nhau giữa 'được chọn' và 'biệt riêng.' Ấy chính là bởi sự lựa chọn của Đức Chúa Trời khi Ngài thiết lập một khuôn khổ nhất định và chọn lựa một cách không phân biệt, chọn tất cả mọi người trong phạm vi ranh giới của khuôn khổ đó. Ví dụ, Đức Chúa Trời thiết lập khuôn khổ của sự cứu rỗi và cứu mọi người ở trong ranh giới của khuôn khổ đó. Vì vậy, những kẻ nhận được sự cứu rỗi bằng cách tin nhận Đức Chúa Giê-su Christ và sống theo Lời Đức Chúa Trời đều được gọi là 'được chọn.'

Một số người hiểu nhầm rằng Đức Chúa Trời đã định sẵn những ai được cứu và những ai không. Họ nói rằng nếu một khi chúng ta tin nhận Chúa, Đức Chúa Trời sẽ bằng cách nào đó để chúng ta được cứu, cho dù chúng ta chẳng làm theo Lời Đức Chúa Trời. Nhưng đây là một sự nhầm tưởng.

Mọi người với ý chí tự do của mình cộng với đức tin và trong khuôn khổ của sự cứu rỗi đều sẽ được cứu. Ấy là, hết thảy họ đều được 'chọn' bởi Đức Chúa Trời. Song những ai không bước vào khuôn khổ của sự cứu rỗi, hay những kẻ đã có lần bước đến ranh giới của nó nhưng rồi sau đó đã bỏ đi vì cớ việc kết bạn với thế gian và cố ý phạm tội, thì không thể được cứu nếu họ không chịu xoay bỏ đường lối mình.

Vậy, được 'biệt riêng' có nghĩa là gì? Đây là khi Đức Chúa Trời là Đấng toàn tri và đã định trước mọi sự từ trước vô cùng, chọn một ai đó và kiểm soát suốt cả cuộc đời họ. Ví dụ, Áp-ra-ham, Gia-cốp, tổ phụ của dân tộc Y-sơ-ra-ên; và Môi-se, lãnh đạo cuộc Xuất Hành, đều là những kẻ được Đức Chúa Trời biệt riêng để hoàn thành những nhiệm vụ đặc biệt được Ngài giao phó cho trong sự tiên liệu của Ngài.

Đức Chúa Trời biết mọi sự. Trong sự tiên liệu về công cuộc giáo hóa nhân loại, Ngài biết loại người nào nên được sanh ra vào thời điểm nào trong lịch sử nhân loại. Để hoàn thành kế hoạch của Ngài, Ngài chọn những con người nhất định nào đó và cho phép họ thực hiện những nhiệm vụ to lớn. Đối với những ai được biệt riêng theo cách nầy, Đức Chúa Trời từng giây từng phút can thiệp vào đời sống của họ bắt đầu bằng việc họ được sanh ra.

Rô-ma 1:1 nói rằng, *"Phao-lô, tôi tớ của Đức Chúa Giê-su Christ, được gọi làm sứ đồ, để riêng ra đặng giảng Tin lành Đức Chúa Trời."* Như đã nói, Phao-lô được biệt riêng để làm sứ đồ cho dân Ngoại, để rao giảng rao giảng phúc âm. Vì người có một tấm lòng dũng cảm và kiên định, người đã được biệt riêng để trải qua những thử thách đau khổ không thể hình dung nổi. Người cũng được giao cho bổn phận và trách nhiệm ghi chép một phần lớn các sách Tân Ước. Hầu cho người có thể hoàn thành một bổn phận như vậy, Đức Chúa Trời cũng để cho người học Lời Ngài cách thấu đáo từ lúc còn nhỏ dưới sự dạy dỗ của một giáo sư nổi tiếng lúc bấy giờ là Ga-ma-li-ên.

Giăng Báp-tít cũng là người được Đức Chúa Trời biệt riêng. Ngài can thiệp vào sự hoài thai của người, Ngài để cho người sống một đời sống khác biệt từ lúc còn thơ ấu. Người sống một mình trong đồng vắng, không giao thiệp với thế gian. Người mặc đồ bằng lông lạc đà, mang dây thắt lưng bằng da; thức ăn của người là châu chấu và mật ong rừng. Bằng cách nầy, người đã dọn đường cho Chúa Giê-su.

Ấy cũng là trường hợp của Môi-se. Đức Chúa Trời đã can thiệp từ lúc Môi-se được sinh ra. Người đã bị đem vứt đi tại một dòng sông nhưng đã được các công chúa tìm thấy, và đã trở thành một hoàn tử. Song người lại được nuôi dưỡng bởi chính người mẹ đẻ mình nhờ đó mà người đã có thể học biết được về Đức Chúa Trời và về dân sự mình. Với tư cách là một hoàng tử Ai cập, người cũng đã có được đủ thứ tri thức của thế gian. Như đã nói, sự biệt riêng đó là khi Đức Chúa Trời bởi quyền tối cao mà kiểm soát trên đời sống một con người nào đó, biết được hạng người nào sẽ được sinh ra vào thời điểm nào của lịch sử nhân loại.

3. Lương Tâm

Đối với một con người thì việc tìm kiếm và gặp gỡ Đức Chúa Trời là Đấng Tạo Hóa, phục hồi ảnh tượng của Đức Chúa Trời, để trở nên một thực thể có giá trị, phần lớn phụ thuộc vào loại lương tâm mà người ấy có.

Tinh trùng và trứng của cha mẹ chứa đựng năng lượng sự sống, là thứ mà trẻ con được thừa kế. Đối với lương tâm cũng có điều tương tự. Lương tâm là tiêu chuẩn để đưa ra phán quyết giữa điều tốt và điều xấu. Nếu cha mẹ có đời sống tốt có một tấm lòng nhân từ là một mảnh đất tốt, dường như có nhiều khả năng rằng những đứa trẻ sẽ được sinh ra với một lương tâm tốt. Vì vậy, yếu tố cơ bản quyết định lương tâm một người là loại năng lượng cuộc sống được thừa hưởng từ cha mẹ.

Nhưng ngay cả khi được sinh ra với một năng lượng tốt từ cuộc sống của cha mẹ, nếu được nuôi dưỡng trong một môi trường không thuận lợi, nhìn thấy và nghe nhiều điều ác và những điều ác đã được gieo trong họ, bấy giờ, dường như lương tâm của họ sẽ bị ô uế bởi sự ác. Ngược lại, những người được nuôi dưỡng trong một môi trường thuận lợi, nhìn thấy và nghe những điều tốt đẹp, họ có thể có lương tâm tương đối tốt.

Sự Hình Thành Lương Tâm

Những lương tâm khác nhau được hình thành tùy theo cha

mẹ của người được sinh ra, loại môi trường mà người ta được nuôi dưỡng, những điều mà người ta nghe, nhìn, và học hỏi, và có những loại nỗ lực nào để làm tốt công việc. Vì vậy, những ai được sinh ra từ những bậc cha mẹ tốt và được nuôi dưỡng trong môi trường tốt, là những người biết làm chủ bản thân, thường tìm kiếm sự tốt lành theo lương tâm của họ. Đối với họ, việc chấp nhận phúc âm và thay đổi bởi lẽ thật là việc dễ dàng.

Nói chung, người ta có thể nghĩ rằng lương tâm là phần tốt đẹp của tấm lòng con người, song trước mặt Đức Chúa Trời thì chẳng hề như vậy. Một số người có lương tâm tốt thường có xu hướng đi theo những sự thiện lành, trong khi đó những người khác có lương tâm gian ác thường chạy theo lợi ích riêng hơn làm theo lẽ thật.

Một số người có những giằn vặt lương tâm nếu họ tình cờ lấy đi chút ít gì của ai đó, trong khi những người khác nghĩ rằng ấy chẳng phải là trộm cắp nên không phải là việc xấu. Người ta có những tiêu chuẩn khác nhau để đưa ra phán quyết giữa điều tốt và điều xấu tùy theo loại môi trường mà họ được nuôi dưỡng và những gì họ được dạy dỗ.

Người ta phán xét giữa điều thiện và điều ác tùy theo tùy theo lương tâm của mỗi người. Song lương tâm của mỗi người đều khác nhau. Có rất nhiều sự khác biệt tùy theo sự khác nhau về văn hóa và khu vực, chúng không thể nào trở thành tiêu chuẩn tuyệt đối trong việc phán quyết giữa điều thiện và điều ác. Tiêu chuẩn tuyệt đối chỉ có thể được tìm thấy trong Lời Đức Chúa Trời, là lời chân lý.

Sự Khác Nhau giữa Tấm Lòng và Lương Tâm

Rô-ma 7:21-24 chép rằng, *"Vậy tôi thấy có luật nầy trong tôi: Khi tôi muốn làm điều lành, thì điều dữ dính dấp theo tôi. Vì theo người bề trong, tôi vẫn lấy luật pháp Đức Chúa Trời làm đẹp lòng; nhưng tôi cảm biết trong chi thể mình có một luật khác giao chiến với luật trong trí mình, bắt mình phải làm phu tù cho luật của tội lỗi, tức là luật ở trong chi thể tôi vậy. Khốn nạn cho tôi! Ai sẽ cứu tôi thoát khỏi thân thể hay chết nầy?"*

Từ câu Kinh Thánh nầy chúng ta có thể hiểu được tấm lòng của một con người được hình thành như thế nào. 'Con gnười bề trong' ở câu nầy đó là trung tâm của lẽ thật, cái mà chúng ta có thể gọi là 'tấm lòng trong trắng' là phần cố gắng làm theo sự chỉ dẫn của Đức Thánh Linh. Trong con người bề trong nầy là mầm sự sống. Bên cạnh đó, còn có 'luật của tội lỗi' ấy là 'tấm lòng đen tối' được hình thành bởi sự giả dối. Cũng có 'luật của tâm trí mình.' Ấy là lương tâm. Lương tâm là tiêu chuẩn sự phán xét giá trị, điều mà người ta tự hình thành lấy. Nó là hỗn hợp của 'tấm lòng trong trắng' và 'tấm lòng đen tối.' Để hiểu được lương tâm, trước hết chúng ta phải hiểu tấm lòng.

Trong các từ điển, có rất nhiều định nghĩa về từ 'tấm lòng.' Ấy là "tình cảm và đạo đức khác biệt với bản chất trí tuệ" hay "đặc điểm bên trong, những cảm xúc, hay những khuynh hướng. Song ý nghĩa thuộc linh của tấm lòng thì không phải như vậy.

Khi Đức Chúa Trời mới tạo dựng nên A-đam, Ngài ban cho

người mầm sự sống cùng với tinh thần người. A-đam như một chiếc bình trống không, Đức Chúa Trời đã đặt vào đó sự tri thức về tinh thần, như tình yêu, sự thiện lành, và sự chân thật. Vì A-đam chỉ được dạy dỗ với lẽ thật, mầm sự sống của người chứa đựng chính tâm linh cùng với sự hiểu biết chứa trong đó. Bởi vì người chỉ được đổ đầy bởi lẽ thật, nên chẳng cần có sự phân biệt giữa tâm linh và tấm lòng. Vì chẳng có sự giả dối nên chẳng cần sử dụng đến từ 'lương tâm.'

Nhưng sau khi A-đam phạm tội, tâm linh và tấm lòng của người không còn giống nhau nữa. Khi mối thông giao giữa người với Đức Chúa Trời trở nên xấu đi, lẽ thật và sự tri thức về tâm linh đã được đổ đầy lòng người bắt đầu thóat ra ngoài, để rồi những sự giả dối như thù hận, ganh ghét, kiêu ngạo bắt đầu thế chỗ trong lòng người và bao phủ lấy mầm sự sống. Trước khi sự giả dối thâm nhập vào A-đam, không cần sử dụng đến từ 'tấm lòng.' Tấm lòng của người cũng chính là tâm linh. Nhưng sau khi sự giả dối thâm nhập vào vì cớ tội lỗi, tâm linh người đã chết đi, và kể từ đó chúng ta bắt đầu sử dụng từ 'tấm lòng.'

Tấm lòng của con người sau sự sa ngã của A-đam đã rơi vào tình trạng 'sự giả dối thay cho lẽ thật, che phủ lên mầm sự sống' điều nầy có nghĩa rằng 'hồn thay cho linh, che phủ lên mầm sống.' Nói một cách dễ hiểu, tấm lòng của lẽ thật là tấm lòng trong trắng, còn tấm lòng giả dối là tấm lòng đen tối. Vì hết thảy hậu tự của A-đam là những kẻ được sanh ra sau khi người sa ngã, tấm lòng họ chứa đựng cả lẽ thật và sự giả dối, còn lương tâm của họ được hình thành từ sự pha trộn giữa lẽ thật và sự giả dối.

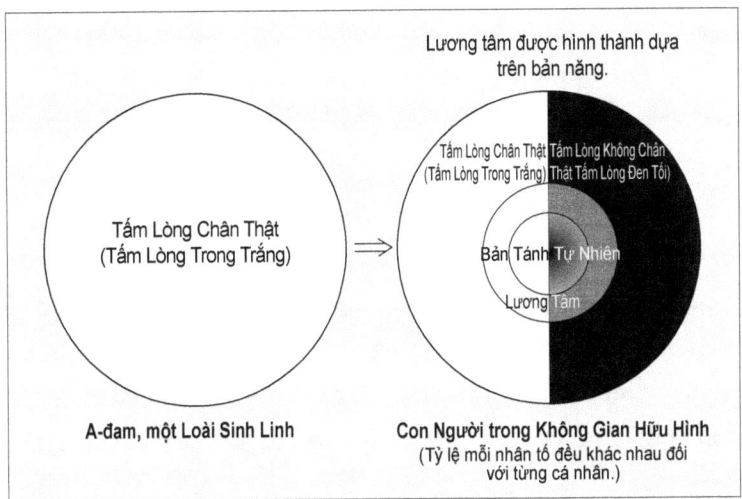

Lương tâm được hình thành dựa
trên bản năng.

Tấm Lòng Chân Thật
(Tấm Lòng Trong Trắng)

Tấm Lòng Chân Thật Tấm Lòng Không Chân
(Tấm Lòng Trong Trắng) Thật Tấm Lòng Đen Tối)

Bản Tánh Tự Nhiên

Lương Tâm

A-đam, một Loài Sinh Linh

Con Người trong Không Gian Hữu Hình
(Tỷ lệ mỗi nhân tố đều khác nhau đối
với từng cá nhân.)

< Thành Phần Cấu Tạo của Tấm Lòng >

Bổn Tánh Tự Nhiên Là Nền Tảng của Lương Tâm

Đặc tính nguyên thủy của tấm lòng con người được đề cập đến với tư cách 'bản tánh tự nhiên.' Bản tánh tự nhiên của con người không phải được hoàn thành chỉ bằng cách thừa kế. Nó còn thay đổi tùy theo những gì mà người ta chấp nhận trong quá trình lớn lên của mình. Cũng giống như đặc tính của đất sẽ thay đổi tùy theo những gì chúng ta thêm vào cho nó, bổn tánh tự nhiên của con người cũng có thể thay đổi tùy theo những gì họ nhìn thấy, nghe, và cảm nhận.

Hết thảy hậu tự của A-đam được sanh ra trên đất nầy đều thừa kế qua năng lượng sống của cha mẹ một bản tánh tự nhiên là thứ được pha trộn giữa lẽ thật và sự giả dối. Một mặt, cho dù

57

người ta được sanh ra với bổn tánh tốt, nó sẽ trở nên xấu xa nếu họ chấp nhận những điều ác trong những môi trường bất lợi. Mặt khác, nếu họ được dạy dỗ với những điều tốt đẹp trong môi trường tốt, sự ác gieo vào họ sẽ tương đối ít hơn. Bản tánh của mỗi người có thể được thay đổi bằng cách thêm vào sự giả dối và lẽ thật đã có sẵn trong nó.

Thật dễ dàng để hiểu về lương tâm nếu trước hết chúng ta hiểu được bổn tánh của con người, vì lương tâm là tiêu chuẩn để đưa ra sự phán xét là điều được hình thành trên nền tảng của bổn tánh tự nhiên. Chúng ta chấp nhận sự hiểu biết đã được tiếp thu từ lẽ thật và sự giả dối trong bổn tánh bẩm sinh, và từ tiêu chuẩn của sự phán xét. Đây là lương tâm. Vậy, trong lương tâm con người, có tấm lòng của lẽ thật, sự ác từ trong bản tính con người, và sự công bình riêng.

Ngày tháng trôi qua, thế gian ngày càng trở nên đầy dẫy tội lỗi và sự ác, lương tâm con người ngày càng gian ác hơn. Họ thừa hưởng bản tánh gian ác từ cha mẹ càng thêm hơn, đỉnh điểm của sự đó, họ chấp nhận sự giả dối trong đời sống mình. Tiến trình nầy cứ tiếp diễn hết thế hệ nầy đến thế hệ khác. Khi mỗi ngày lương tâm họ càng trở nên chai lì hơn, điều nầy càng trở nên khó khăn hơn để họ tin nhận phúc âm. Thay vào đó, việc nhận lấy công việc của Sa-tan và phạm tội lại càng trở nên dễ dàng.

4. Những Công Việc của Xác Thịt

Khi một người phạm tội, sự trừng phạt chắc chắn sẽ xảy ra theo thánh luật. Đức Chúa Trời chịu đựng với người ấy nhằm tạo cơ hội để người ăn năn và xoay khỏi tội lỗi, nhưng nếu người đó đi quá giới hạn, sẽ có thử thách và hoạn nạn xảy đến, hay đủ thứ tai vạ.

Mọi người đều sinh ra với bản tính tội lỗi, vì bản tính tội lỗi của con người đầu tiên A-đam đã lưu truyền cho con cái qua năng lượng sự sống của cha mẹ. Đôi khi chúng ta có thể nhìn thấy ngay cả những đứa trẻ mới đi chập chững cũng đã biết bày tỏ sự giận dữ và thất vọng, chẳng hạn như qua việc khóc thật nhiều. Có khi nếu chúng ta không cho đứa trẻ đang khóc vì đói đồ ăn, đứa trẻ sẽ khóc đến mức dường như muốn tắt thở. Sau đó nó có thể từ chối sự chăm sóc vì quá giận dữ. Ngay cả những đứa bé mới sanh cũng có thể bày tỏ loại hành động nầy vì chúng thừa kế tính nóng nảy, giận hờn, hay đố kỵ từ cha mẹ chúng. Sự ấy là vì hết thảy loài người đều có bản tính tội lỗi trong lòng, điều nầy gọi là nguyên tội.

Ngoài ra, con người còn phạm tội trong tiến trình lớn lên của họ. Giống như nam châm hút kim loại, những kẻ đang sống trong không gian hữu hình nầy sẽ không ngừng đón nhận những gì không phải là lẽ thật và phạm tội. Những tội 'tự mình gây ra' nầy có thể được chia làm hai loại, tội trong lòng và tội qua việc làm. Những tội lỗi khác nhau có những tầm cỡ khác nhau, và những tội phạm qua việc làm sẽ chắc chắn bị đoán xét (1 Cô-rinh-tô 5:10). Những tội lỗi phạm đến bằng việc làm được gọi là 'công việc của xác thịt.'

Xác Thịt và Những Công Việc của Xác Thịt

Sáng thế ký 6:3 chép rằng, *"Đức Giê-hô-va phán rằng: Thần ta sẽ chẳng hằng ở trong loài người luôn; trong điều lầm lạc, loài người chỉ là xác thịt; đời người sẽ là một trăm hai mươi năm mà thôi."* 'Xác thịt' ở đây không chỉ đơn giản nói đến thân thể hữu hình nầy. Nó có ý nói rằng con người đã trở nên loài xác thịt là kẻ đã bị hoen ố bởi tội lỗi và sự gian ác. Một con người xác thịt như vậy không thể ở cùng Đức Chúa Trời luôn, và do vậy họ không thể được cứu. Chẳng được mấy đời kể từ khi A-đam bị đuổi khỏi Vườn Ê-đen và bắt đầu đến sống trên đất nầy, các hậu tự của người đã nhanh chóng phạm đến những công việc của xác thịt.

Đức Chúa Trời đã sử dụng Nô-ê, là một người công chính lúc bấy giờ, chuẩn bị một chiếc thuyền lớn và cảnh báo mọi người hãy xoay bỏ tội lỗi mình. Song chẳng ai muốn nghe theo và bước vào thuyền ngoại trừ gia đình Nô-ê. Theo thánh luật, 'tiền công của tội lỗi là sự chết' (Rô-ma 6:23), hết thảy mọi người vào thời Nô-ê đều bị diệt bởi nước lụt.

Vậy, ý nghĩa thuộc linh của 'xác thịt' là gì? Nó nói đến các bản tánh giả dối trong lòng người được bày tỏ trong những việc làm cụ thể.' Nói cách khác, ganh ghét, nóng nảy, thù hận, tham lam, tâm trí ngoại tình, kiêu ngạo, và tất cả những sự giả dối khác bên trong con người được tỏ ra trong cách cư xử hung bạo, ngôn ngữ thô tục, ngoại tình, hay giết người. Tất cả những việc làm nầy nói chung đều được gọi là 'xác thịt', và mỗi một việc làm ấy đều là công việc của xác thịt.

Song những tội lỗi không được bày tỏ qua việc làm mà chỉ phạm trong tư tưởng và suy nghĩ được gọi là những 'thứ thuộc về xác thịt.' Những thứ thuộc về xác thịt một ngày nào đó có thể sanh ra việc làm của xác thịt, cho đến chừng nó vẫn còn ở trong lòng. Những sự thuộc về xác thịt sẽ được trình bày cụ thể hơn trong Phần 2 'Sự Hình Thành Nên Tâm Hồn.'

Một khi những sự thuộc về xác thịt được tỏ ra thành những công việc của xác thịt, ấy là sự gian ác và vô luật pháp. Nếu chúng ta có bản tính tội lỗi trong lòng, sự ấy không xem là điều gian ác, song một khi nó thể hiện bằng việc làm thì nó trở thành điều gian ác. Nếu chúng ta không quăng xa những thứ thuộc về xác thịt và những công việc của xác thịt nầy mà cứ tiếp tục phạm đến chúng, ấy là xây tường tội lỗi để ngăn cách giữa chúng ta với Đức Chúa Trời. Bấy giờ Sa-tan sẽ buộc tội chúng ta và mang họan nạn cùng thử thách đến trên chúng ta. Chúng ta có thể phải đối mặt với tai họa vì Đức Chúa Trời không thể che chở chúng ta. Nếu không được ở trong sự che chở của Đức Chúa Trời, chúng ta chẳng biết ngày mai điều gì sẽ xảy đến với mình. Và cũng vì lý do nầy mà lời cầu nguyện của chúng ta không được nhậm.

Những Công Việc Tỏ Tường của Xác Thịt

Nếu sự ác thịnh hành trong thế gian, một trong những tội lỗi rõ ràng nhất là tình dục vô đạo đức và sự dâm dục. Sô-đôm và Gô-mô-rơ đầy dâm dục, và đã bị hủy diệt bởi diêm sinh và lửa. Nếu chúng ta nhìn vào những gì còn sót lại của thành phố Pompeii, những thứ ấy sẽ nói lên sự ngoại tình và suy đồi xã hội là thế nào.

Ga-la-ti 5:19-21 mô tả về những công việc của xác thịt như sau:

Vả, các việc làm của xác thịt là rõ ràng lắm: Ấy là gian dâm, ô uế, luông tuồng, thờ hình tượng, phù phép, thù oán, tranh đấu, ghen ghét, buồn giận, cãi lẫy, bất bình, bè đảng, ganh gổ, say sưa, mê ăn uống, cùng các sự khác giống như vậy. Tôi nói trước cho anh em, như tôi đã nói rồi: Hễ ai phạm những việc thể ấy thì không được hưởng nước Đức Chúa Trời.

Thậm chí ngày nay những công việc như vậy của xác thịt đang lan tràn khắp thế gian. Chúng ta hãy xem một số ví dụ về những công việc của xác thịt.

Trước hết, đó là tình dục vô luân. Tình dục vô luân có thể hoặc là về thân thể hay thuộc linh. Trong ý nghĩa thuộc thể, nó nói đến ngoại tình hay gian dâm. Thậm chí là những người đã đính hôn với nhau cũng không thể là những trường hợp loại trừ.

Ngày nay, tiểu thuyết, phim ảnh, phim truyền hình mô tả gian dâm như một tình yêu đẹp, do đó khiến người ta trở nên thiếu nhạy cảm đối với tội lỗi và nhận thức của họ thiếu sáng suốt. Cũng có rất nhiều tài liệu khiêu dâm khuyến khích sự thông dâm. Song cũng có sự vô luân về thuộc linh đối với tín hữu. Khi họ tìm đến với thầy bói, sắm bùa hộ mệnh, bùa may mắn, hay hành nghề ma thuật. Ấy là sự vô luân về thuộc linh (1 Cô-rinh-tô 10:21). Nếu Cơ Đốc nhân không nương cậy Đức Chúa Trời là Đấng cầm quyền trên sự sống, sự chết, ban ơn, giáng họa, mà đem lòng trông cậy vào các thần tượng và ma quỉ, ấy là tội tà dâm thuộc linh, chẳng khác gì tội phản Chúa.

Thứ nhì, sự ô uế làm theo tính tham dục và nhiều điều gian ác, và khi đời sống của một người đầy dẫy những lời nói và việc làm ngoại tình. Hơn cả mức độ tình dục vô luân thông thường, đó là việc giao phối với động vật, quan hệ tình dục tập thể, và đồng tính (Lê-vy ký 18:22-30). Tội lỗi càng thắng thế, người ta càng trở nên nhạy cảm hơn đối với sự thông dâm.

Những thứ nầy là bất tuân và chống lại Đức Chúa Trời (Rô-ma 1:26-27). Chúng là những tội lỗi tước đi sự cứu rỗi (1 Cô-rinh-tô 6:9-10), ấy là những điều gớm ghiếc trước mặt Đức Chúa Trời (Phục truyền. 13:18). Phẫu thuật chuyển giới, hay nam mặc đồ nữ, nữ mặc đồ nam thảy đều là những sự ghê tởm trước mặt Đức Chúa Trời (Phục truyền. 22:5).

Thứ ba, sự sùng bái thần tượng, cũng là sự ghê tởm trước mặt

Đức Chúa Trời. Có sự sùng bái thần tượng thuộc thể và sùng bái thần tượng thuộc linh.

Sự sùng bái thần tượng thuộc thể ấy là sự hầu hạ và thờ lạy những thần tượng được làm bằng gỗ, đá, hay kim loại, hơn là tìm kiếm Đức Chúa Trời Đấng Tạo Hóa (Xuất Ê-díp-tô. 20:4-5). Sự sùng bái thần tượng cách nghiêm trọng sẽ đem lại sự rủa sả lưu truyền ba đến bốn đời. Nếu nhìn vào những gia đình thờ thần tượng nhiều, kẻ thù ma quỉ và Sa-tan không ngừng mang đến cho họ nhiều thử thách và hoạn nạn, hầu cho nan đề luôn đeo bám những gia đình ấy. Đặc biệt, có rất nhiều người trong gia đình bị quỉ ám, những kẻ bị rối loạn tâm thần hay nghiện rượu. Những kẻ được sinh ra trong những gia đình như vậy, cho dù họ tin nhận Chúa, kẻ thù ma quỉ và Sa-tan cứ vẫn bám theo để quấy rầy họ, khiến họ cảm thấy khó khăn trong đời sống đức tin.

Sự sùng bái thần tượng thuộc linh ấy là khi một tín hữu yêu mến một điều gì đó hơn là yêu mến Đức Chúa Trời. Nếu họ phạm đến ngày của Chúa để vui vẻ với phim ảnh, phim truyền hình, những sự kiện thể thao, hay những sở thích khác, hay nếu họ sao lãng bổn phận của mình trong đức tin vì cớ bạn trai hay bạn gái, ấy chính là sùng bái thần tượng thuộc linh. Ngoài những điều nầy, nếu chúng ta yêu mến bất kỳ một điều gì – như gia đình, con cái, những lạc thú trần tục, hàng hóa sang trọng, quyền lực, danh tiếng, sự tham lam, hay tri thức – hơn là yêu mến Đức Chúa Trời, thì đó cũng là sự sùng bái thần tượng.

Thứ tư, ma thuật là việc sử dụng năng lực thu được từ sự hỗ trợ hay kiểm soát của các ác linh đặc biệt là cho việc bói toán.

Thật là một điều sai trật khi nói rằng chúng ta tin Đức Chúa Trời mà lại tìm đến với các thầy bói. Ngay cả những kẻ chẳng tin cũng mang lại những tai vạ lớn hơn qua việc hành nghề ma thuật vì đây là công việc của những ác linh.

Ví dụ, nếu chúng ta sử dụng ma thuật để xua đuổi nan đề nào đó thì nan đề ấy chẳng đi khỏi mà chỉ trở nên tệ hại hơn. Sau khi sử dụng ma thuật, các ác linh dường như yên lặng trong một lúc, nhưng ngay sau đó chúng mang đến nhiều nan đề to lớn hơn để được thờ lạy nhiều hơn. Đôi khi, chúng dường như nói về những sự hầu đến, song những ác linh chẳng thể biết gì về tương lai. Ấy chỉ là vì chúng là những thể linh và chúng biết được tấm lòng của những con người xác thịt, nên chúng lừa dối để khiến người ta tin rằng chúng biết về tương lai, để người ta thờ lạy chúng. Ma thuật còn có thể được sử dụng để lập kế lừa dối người khác, do đó chúng ta cũng nên cẩn thận về những điều nầy. Nếu chúng ta sử dụng mưu chước để khiến cho ai đó sa hố, đây chính là chứng cứ về công việc của xác thịt, và đây là cách khiến cho sự hủy diệt giáng lên chính chúng ta.

Thứ năm, là hận thù mang tính chủ động hay những ác ý thông thường là thù hận lẫn nhau. Ấy là mong muốn người khác bị hủy diệt và tìm cách làm cho điều đó thật sự xảy ra. Những kẻ có lòng thù hận người khác bởi những ác cảm chỉ vì không ưa người khác. Nếu mức độ thù hận trong lòng đến mức không thể kiềm chế được, chúng có thể phát lộ ra ngoài, hay tiến đến việc vu khống và lập mưu kế.

Thứ sáu, xung đột có đôi khi là sự xung đột cách cay đắng hung bạo hay sự bất đồng. Nó sanh ra nhiều phe phái trong hội thánh chỉ vì những quan điểm khác nhau. Họ nói xấu nhau và đưa ra những lời phán xét và buộc tội nhau. Bấy giờ hội thánh sẽ bị phân rẽ thành nhiều phe phái.

Thứ bảy, sự bất đồng ấy là sự phân chia thành nhiều phe phái theo những ý tưởng riêng của mình. Sự phân rẽ xảy ra ngay cả trong những gia đình, và cũng có thể có nhiều phe nhóm khác nhau trong hội thánh. Áp-sa-lom, con trai của Đa-vít đã tự phân rẽ khỏi cha mình để làm theo tư dục xui khiến trong lòng. Anh ta đã dấy loạn chống nghịch lại cha mình hòng chiếm ngôi vua. Đức Chúa Trời từ bỏ những con người như vậy. Cuối cùng, Áp-sa-lom đã phải chết thảm.

Thứ tám, ấy là sự bè đảng. Khi sự bè đảng được sanh ra, nó có thể trở thành những dị giáo. 2 Phi-e-rơ 2:1 chép rằng, *"Dầu vậy, trong dân chúng cũng đã có tiên tri giả, và cũng sẽ có giáo sư giả trong anh em; họ sẽ truyền những đạo dối làm hại, chối Chúa đã chuộc mình, tự mình chuốc lấy sự hủy phá thình lình."* Dị giáo là chối bỏ Đức Chúa Giê-su Christ (1 Giăng 2:22-23; 4:2-3). Họ nói rằng họ tin Chúa song lại chối bỏ Đức Chúa Trời Ba Ngôi, hay chối bỏ Đức Chúa Giê-su Christ là Đấng đã mua chúng ta bằng chính huyết Ngài, do đó họ phải chuốc lấy sự hủy diệt thình lình. Kinh Thánh nói rõ cho chúng ta biết rằng dị giáo là những kẻ chối bỏ Đức Chúa Giê-su Christ Christ, và do vậy chúng ta không nên khinh suất trong việc đoán xét những kẻ tin nhận Đức Chúa Trời Ba Ngôi.

Thứ chín, ghen ty là khi sự đố ky phát triển thành một hành động nghiêm trọng. Ghen ty là cảm thấy khó chịu và không còn thân mật và ghét những người khác khi thấy họ có vẻ giỏi hơn so với mình. Nếu sự ghen tị này phát triển, có thể có nhiều hành vi có hại cho người khác. Sau-lơ ghen tị với người của mình là Đa-vít vì Đa-vít được nhiều người yêu mến hơn ông. Ông thậm chí còn sử dụng quân đội mình để giết Đa-vít, đã sát hại các thầy tế lễ và dân sự của thành đã che giấu Đa-vít.

Thứ mười là say rượu. Nô-ê đã phạm phải một sai lầm, sau trận lụt ông đã uống rượu, điều nầy đã mang lại một hậu quả ghê gớm. Người đã rủa sả con trai thứ hai của mình là Cham kẻ đã thuật lại sự sai trái của mình.

Ê-phê-sô 5:18 chép rằng, *"Đừng say rượu, vì rượu xui cho luông tuồng; nhưng phải đầy dẫy Đức Thánh Linh."* Một số người nói rằng có thể một ly nhỏ thì cũng chấp nhận được. Nhưng ấy vẫn là việc làm tội lỗi, vì cho dù là một hay hai ly, hễ uống rượu vào thì ắt phải say. Hơn nữa, những kẻ say rượu thường phạm nhiều tội lỗi và không thể làm chủ bản thân.

Kinh thánh có nói đến uống rượu, vì ở Y-sơ-ra-ên, nước bị khan hiếm, nên Đức Chúa Trời cho phép họ uống rượu để giải khát, ấy là nước trái nho tinh khiết, hoặc rượu mạnh được làm từ các loại trái cây có nhiều đường (Phục truyền luật lệ ký 14:26). Nhưng trên thực tế, Đức Chúa Trời đã không cho phép người ta uống rượu (Lê-vi-ký 10:9; Dân số ký 6:3; Châm ngôn 23:31, Giê-rê-mi 35:6, Đa-ni-ên 1:8; Lu-ca 1:15, Rô-ma 14:21). Chúa cho phép chỉ sử dụng hạn chế rượu trong một trường hợp rất đặc biệt. Nhưng mặc dù chỉ là nước ép từ các loại trái cây, người dân vẫn sẽ say nếu họ uống nhiều. Vì lý do này, người dân Y-sơ-ra-ên uống rượu để giải khát, và họ không uống rượu để say và tự vui sướng.

Cuối cùng, buông tuồng là rượu chè, phụ nữ, cờ bạc, và những thứ dục vọng khác mà không làm chủ được bản thân. Những người như vậy không thể làm trọn bổn phận của một con người. Nếu chúng ta không tự kiểm soát được mình thì ấy cũng là một loại buông tuồng. Nếu bạn sống một cuộc sống quá ô trọc, hoặc sống một cuộc sống phóng đãng theo bản năng, cũng là buông tuồng. Nếu chúng ta sống một cuộc sống như vậy ngay cả sau khi tin nhận Chúa, chúng ta không thể dâng tấm lòng mình cho Chúa cũng không thể quăng xa tội lỗi, và do vậy chúng ta không thể thừa hưởng được vương quốc Đức Chúa Trời.

Ý Nghĩa của Việc Không Thể Thừa Hưởng Được Vương Quốc Đức Chúa Trời

Cho đến giờ chúng ta đã xem xét những công việc hiển nhiên của xác thịt. Như vậy, điều cốt lõi nào đã khiến cho con người phạm đến những công việc như vậy? Ấy là vì họ chẳng muốn đặt để Đức Chúa Trời là Đấng Tạo Hóa trong lòng mình. Như có nói trong Rô-ma 1:28-32: *"Tại họ không lo nhìn biết Đức Chúa*

Trời, nên Đức Chúa Trời đã phó họ theo lòng hư xấu, đặng phạm những sự chẳng xứng đáng. Họ đầy dẫy mọi sự không công bình, độc ác, tham lam, hung dữ; chan chứa những điều ghen ghét, giết người, cãi lẫy, dối trá, giận dữ; hay mách, gièm chê, chẳng tin kính, xấc xược, kiêu ngạo, khoe khoang, khôn khéo về sự làm dữ, không vâng lời cha mẹ; dại dột, trái lời giao ước, không có tình nghĩa tự nhiên, không có lòng thương xót. Dầu họ biết mạng lịnh Đức Chúa Trời tỏ ra những người phạm các tội dường ấy là đáng chết, thế mà chẳng những họ tự làm thôi đâu, lại còn ưng thuận cho kẻ khác phạm các điều ấy nữa."

Nói chung, nếu làm những công việc hiển nhiên của xác thịt thì không thể thừa hưởng được vương quốc Đức Chúa Trời. Đương nhiên, chẳng phải rằng chúng ta không thể được cứu khi chỉ vì yếu đức tin mà phạm tội một vài lần.

Chẳng phải những người mới tin không biết rõ lẽ thật hay những kẻ yếu đức tin thì không thể được cứu chỉ vì họ chưa thể quăng xa những công việc của xác thịt. Hết thảy con người đều có tính độc ác cho đến khi đức tin của họ được trưởng thành, nên nhờ vào huyết Chúa mà họ có thể được tha tội mình. Nhưng nếu họ cứ tiếp tục phạm những công việc của xác thịt mà không chịu xoay khỏi chúng, họ không thể được cứu.

Những Tội Phải Chết

1 Giăng 5:16-17 chép rằng, *"Ví có kẻ thấy anh em mình phạm tội, mà tội không đến nỗi chết, thì hãy cầu xin, và Đức*

Chúa Trời sẽ ban sự sống cho, tức là ban cho những kẻ phạm tội mà chưa đến nỗi chết. Cũng có tội đến nỗi chết; ấy chẳng phải vì tội đó mà ta nói nên cầu xin. Mọi sự không công bình đều là tội; mà cũng có tội không đến nỗi chết." Như những gì đã được chép, chúng ta có thể thấy có những tội phải chết và cũng có những tội không đến nỗi chết.

Vậy, những tội phải chết, là những thứ cướp đi quyền thừa hưởng vương quốc Đức Chúa Trời của chúng ta là gì?

Hê-bơ-rơ 10:26-27 chép rằng, *"Vì nếu chúng ta đã nhận biết lẽ thật rồi, mà lại cố ý phạm tội, thì không còn có tế lễ chuộc tội nữa, nhưng chỉ có sự đợi chờ kinh khiếp về sự phán xét, và lửa hừng sẽ đốt cháy kẻ bội nghịch mà thôi."* Nếu chúng ta cứ tiếp tục cố tình phạm tội khi biết rằng ấy là tội, điều đó là chống nghịch Đức Chúa Trời. Đức Chúa Trời không ban tinh thần ăn năn cho những người như vậy.

Hê-bơ-rơ 6:4-6 cũng chép rằng, *"Vì chưng những kẻ đã được soi sáng một lần, đã nếm sự ban cho từ trên trời, dự phần về Đức Thánh Linh, nếm đạo lành Đức Chúa Trời, và quyền phép của đời sau, nếu lại vấp ngã, thì không thể khiến họ lại ăn năn nữa, vì họ đóng đinh Con Đức Chúa Trời trên thập tự giá cho mình một lần nữa, làm cho Ngài sỉ nhục tỏ tường."* Nếu chống nghịch Đức Chúa Trời sau khi đã nghe lẽ thật và kinh nghiệm được những công việc của Đức Thánh Linh, thì chúng ta sẽ không được ban cho tinh thần ăn năn và sẽ không được cứu.

Nếu xem những công việc của Đức Thánh Linh là công việc của ma quỉ hay dị giáo, chúng ta cũng không thể được cứu, vì đó là tội phỉ báng chống lại Đức Thánh Linh (Ma-thi-ơ 12:31-32).

Chúng ta phải hiểu rằng có những tội không thể được tha nên chúng ta không được phạm đến những tội dường ấy. Ngoài ra, thậm chó có những tội không đáng kể cũng có thể trở thành những tội chết người nếu chúng ta cứ thêm lên những tội ấy. Do vậy, chúng ta phải giữ mình trong lẽ thật trong từng giây phút.

5. Công Cuộc Giáo Hóa

Công cuộc giáo hóa nhân loại nói đến toàn bộ tiến trình trong đó có sự tạo dựng nên loài người của Đức Chúa Trời trên đất nầy và sự làm chủ trên lịch sử nhân loại cho đến kỳ Phán Xét để có được những con cái thật.

Công cuộc giáo hóa giống như tiến trình mà người nông dân gieo giống và thu hoạch qua công việc chăm sóc vụ mùa cực nhọc của mình. Đức Chúa Trời cũng đã gieo hạt giống đầu tiên là A-đam và Ê-va trên đất để thu lấy mùa gặt là những con cái thật bởi công khó của Ngài qua việc chăm sóc họ trên đất nầy. Cho đến ngày nay, Ngài đã và đang điều khiển công cuộc giáo hóa nhân loại. Đức Chúa Trời biết trước con người sẽ bị hư hoại bởi sự bất tuân và khiến Ngài sẽ đau lòng. Nhưng Ngài vẫn nuôi dưỡng loài người cho đến cuối cùng vì Ngài biết rằng sẽ có những con cái thật là những kẻ lánh xa sự ác với tấm lòng kính mến dành cho Đức Chúa Trời và những kẻ làm theo ý muốn Ngài.

Loài người được tạo dựng nên từ bụi đất, nên họ có bản tính đặc trưng của đất. Nếu chúng ta gieo hạt giống vào đất, hạt giống sẽ nẩy mầm, lớn lên, và sanh trái. Chúng ta có thể thấy rằng đất có quyền năng sản sinh sự sống mới. Bên cạnh đó, đặc tính của đất sẽ thay đổi tùy theo những gì chúng ta thêm vào nó. Cũng giống như vậy đối với loài người. Những kẻ giận dữ thường sẽ trở nên giận dữ hơn theo bản tánh họ. Những kẻ nói dối thường sẽ thêm lên sự lừa dối trong bản tính của họ. Sau khi A-đam phạm tội, người đã khiến hậu tự mình trở nên những con người xác thịt và họ đã nhanh chóng trở nên ô uế bởi những điều giả dối ngày càng hơn.

Vì lý do nầy, con người phải tu dưỡng tấm lòng mình để phục hồi lại tấm lòng thánh khiết qua 'Công công cuộc giáo hóa nhân loại.' Sau cùng, lý do tại sao con người được trưởng dưỡng trên đất nầy ấy là để họ tu dưỡng lòng mình và phục hồi lại tấm lòng trong sáng mà A-đam đã từng có trước khi người bị sa ngã. Đức Chúa Trời đã ban cho chúng ta nhiều dụ ngôn có liên quan đến việc cày cấy đất của người nông dân được chép trong Kinh Thánh hầu cho chúng ta có thể hiểu được sự tiên liệu của Ngài về Công công cuộc giáo hóa nhân loại (Ma-thi-ơ 13; Mác 4; Lu-ca 8).

Trong Ma-thi-ơ 13, Chúa Giê-su ví sáng tấm lòng con người với bốn loại đất: đất dọc đường, đất đá sỏi, đất bụi gai, và đất tốt. Chúng ta hãy tự tra xét chính mình để biết tấm lòng chúng ta thuộc loại đất nào để rồi cày xới và khiến cho nó trở nên đất tốt mà Đức Chúa Trời mong muốn.

Bốn Loại Đất

Thứ nhất, loại dọc đường là loại đất chai cứng do con người giẫm đạp lâu ngày. Thật ra, thậm chí đây cũng chẳng phải là đất ruộng gì cả, vì chẳng hột giống nào có thể mọc lên ở đây được. Chẳng có công việc của sự sống ở đó.

73

Theo ý nghĩa thuộc linh, đất ven đường nói đến tấm lòng của những kẻ tuyệt đối không chấp nhận phúc âm. Lòng của họ quá chai cứng với cái tôi cùng sự kiêu ngạo của họ đến nỗi hạt giống phúc âm không thể gieo vào đó được. Vào thời Chúa Giê-su, những kẻ đứng đầu dân Do Thái là những kẻ rất bướng bỉnh, họ khăng khăng giữ ý riêng và truyền thống của mình đến mức đã chối bỏ Chúa Giê-su và phúc âm. Ngày nay, những kẻ có tấm lòng như loại đất dọc đường là những kẻ rất bướng bỉnh đến nỗi không thể mở lòng nên phải chối bỏ phúc âm dẫu cho họ có được nhìn thấy quyền năng của Đức Chúa Trời.

Đất dọc đường là loại đất cứng nên hạt giống không thể gieo sâu vào trong đó. Vì vậy, chim trời sẽ đến ăn hột giống đi. Chim ở đây nói đến Sa-tan. Sa-tan lấy đi Lời của Đức Chúa Trời hầu cho người ta không thể có được đức tin. Họ đến hội thánh bởi sự thúc giục của người khác, song chẳng muốn tin Lời Đức Chúa Trời được rao giảng. Họ thích phán xét mục sư hay phán xét sứ điệp dựa theo quan điểm riêng của mình. Những kẻ có tâm địa chai lì không chịu mở lòng cuối cùng không thể nhận được sự cứu rỗi vì hạt giống của Lời Chúa không thể sanh bông trái được.

Thứ nhì, đất đá sỏi là loại đất có phần tốt hơn đất dọc đường. Một con người như đất dọc đường sẽ chẳng quan tâm gì đến việc tin nhận Lời Đức Chúa Trời, song người có tấm lòng được ví như đất sỏi đá thì hiểu Lời Chúa khi nghe. Nếu gieo hột giống vào đất sỏi đá, hột giống có thể mọc lên nhưng không phát triển tốt. Mác 4:5-6 chép rằng, *Một phần khác rơi nhằm nơi đất đá sỏi, chỉ có ít đất thịt, tức thì mọc lên, vì bị lấp không sâu; nhưng khi mặt trời đã mọc, thì bị đốt, và bởi không có rễ, nên phải héo."*

Những người có tấm lòng như đất sỏi đá thì hiểu Lời Chúa nhưng không tin nhận bởi đức tin. Mác 4:17 nói rằng, *"...song vì trong lòng họ không có rễ, chỉ tạm thời mà thôi, nên nổi gặp khi vì cớ đạo mà xảy ra sự cực khổ, bắt bớ, thì liền vấp phạm."* 'Đạo' ở đây nói đến Lời Đức Chúa Trời mà qua đó chúng ta được biết những điều như, "Giữ ngày Sa-bát, dâng trọn phần mười, không được thờ thần tượng, phục vụ người khác và phải có lòng khiêm nhường." Khi vừa nghe Lời Chúa thì họ liền nghĩ rằng mình sẽ vâng giữ Lời Ngài, nhưng khi đối diện với khó khăn thì họ không giữ được điều mình đã định. Họ vui mừng khi nhận được ân sủng Chúa ban, nhưng trong khó khăn họ liền thay đổi thái độ. Họ nghe và biết Lời Đức Chúa Trời, song không đủ sức để làm theo vì cớ Lời Đức Chúa Trời không được nuôi dưỡng trong lòng họ như một sự tin chắc.

Thứ ba, những kẻ có tấm lòng như đất bụi gai thì hiểu Lời Đức Chúa Trời và khởi sự làm theo. Song họ không thực hành Lời Đức Chúa Trời một cách đầy đủ, nên không có kết quả tốt. Mác 4:19 chép rằng, *"...song sự lo lắng về đời nầy, sự mê đắm về giàu sang, và các sự tham muốn khác thấu vào lòng họ, làm cho nghẹt ngòi đạo, và trở nên không trái."* Nhữnng người có tấm lòng như vậy dường như họ là những tín hữu tốt và đang làm theo lời Chúa, song họ vẫn còn có những gian nan thử thách và đức tin thuộc linh của họ lớn lên cách chậm chạp. Ấy là vì họ không kinh nghiệm được những công việc thật sự của Đức Chúa Trời để rồi phải bị lừa dối bởi những lo lắng của đời nầy, những phồn vinh giả tạo, và những khao khát về những của cải vật chất khác. Ví thử như công việc kinh doanh của họ bị vỡ nợ và thậm chí họ phải đi tù. Ở đây, nếu hoàn cảnh cho phép họ có thể trả được nợ với một chút thủ đoạn, thì Sa-tan sẽ cám dỗ họ qua điều nầy, họ có thể bị cám dỗ. Đức Chúa Trời có thể giúp họ chỉ khi họ hành xử cách chính trực bất chấp khó khăn đến dường nào, song họ đã sa vào sự cám dỗ của Sa-tan.

Cho dù họ có sẵn sàng làm theo Lời Đức Chúa Trời, họ cũng không thể thật sự vâng phục bởi đức tin vì tâm trí họ đầy dẫy những ý tưởng của thế gian. Họ cầu nguyện rằng họ phó thác mọi sự vào tay Chúa, song họ cứ đặt kinh nghiệm bản thân với những lý luận của mình lên hàng đầu. Trước tiên họ sử dụng kế hoạch của mình, nên mọi sự không xảy ra tốt đẹp đối với họ, cho dù lúc đầu mọi sự dường như tốt đẹp. Gia-cơ 1:8 nói rằng ấy là những kẻ phân tâm.

Khi mới chỉ có một vài bụi gai nhú lên, dường như chẳng có nguy hại đặc biệt nào. Nhưng nếu chúng lớn lên, tình thế sẽ khác hẳn đi. Chúng sẽ thành bụi rậm làm nghẹt ngòi khiến những hạt giống tốt khác không phát triển được. Do vậy, nếu có bất kỳ sự gì ngăn trở chúng ta làm theo Lời Đức Chúa Trời, chúng ta cần phải nhổ rễ chúng ngay cho dù sự ấy có vẻ chỉ là điều nhỏ nhặt.

Thứ tư, đất tốt là đất màu mỡ và được người nông dân cày xới kỹ. Đất chai cứng được cày xới, đá sỏi và gai góc được dọn đi. Có nghĩa rằng chúng ta không làm những điều Đức Chúa Trời cấm và quăng xa những thứ Ngài bảo chúng ta phải quăng xa. Không còn đá hay những chướng ngại vật khác, nên khi Lời Đức Chúa Trời gieo vào thì sanh trái 30, 60, hay 100 lần hơn những gì đã được gieo. Những người như vậy sẽ nhận được mọi điều mình cầu xin.

Để xét cho biết chúng ta đã tu dưỡng tấm lòng mình như thế nào, chúng ta có thể nhìn vào việc chúng ta thực hành lời Chúa. Chúng ta càng xới cho đất trở nên tốt, thì chúng ta càng dễ dàng sống bởi Lời Đức Chúa Trời hơn. Một số người biết lời Ngài, nhưng họ không thể làm theo vì cớ sự mệt mỏi, lười nhát, những ý tưởng không thật thà, và những sự ham muốn. Những ai có tấm lòng như mảnh đất tốt sẽ không có những sự ngăn trở như vậy, vì vậy khi nghe Lời Chúa thì hiểu và làm theo. Một khi nhận biết điều gì là ý muốn của Chúa và đẹp ý Ngài, họ sẽ làm điều đó.

Khi tu dưỡng tâm tính của mình, chúng ta sẽ yêu mến những người mà trước đây chúng ta từng ghét họ. chúng ta có thể tha thứ những kẻ mà trước đây mình không thể tha thứ. Ganh ghét và đoán xét sẽ hóa ra yêu thương và nhân từ. Tâm trí kiêu căng sẽ trở nên khiêm nhường và phục vụ. Quăng xa điều ác để cắt bì lòng mình ấy là tu dưỡng tâm tính làm cho trở nên đất tốt. Bấy giờ, khi hạt giống Lời Đức Chúa Trời rơi trên mảnh đất tốt của tấm lòng, thì sẽ nảy mầm, lớn nhanh và sanh chín bông trái

Thánh Linh, và những bông trái của sự Sáng.

Khi thay đổi tấm lòng mình thành mảnh đất tốt, chúng ta có thể nhận lãnh được đức tin thiên thượng từ nơi cao. Chúng ta cũng có thể sốt sắng cầu nguyện để quyền năng Đức Chúa Trời ngự xuống từ nơi cao, nghe rõ được tiếng phán của Đức Thánh Linh và làm trọn được ý muốn của Đức Chúa Trời. Những người như vậy là những loại bông trái mà Đức Chúa Trời mong muốn thu họach được qua công cuộc giáo hóa nhân lọai.

Đặc Tính của Chiếc Bình Chứa: Tấm lòng

Một yếu tố quan trọng trong việc tu dưỡng tâm tính ấy là đặc điểm của chiếc bình chứa. Đặc điểm của chiếc bình chứa có liên quan đến chất liệu làm nên chiếc bình đó. Điều nầy cho chúng ta biết được cách người ta lắng nghe Lời Chúa như thế nào, có khắc ghi trong tâm trí để làm theo hay không. Kinh Thánh đưa ra sự so sánh về những chiếc bình chứa bằng vàng, bạc, gỗ, hay đất sét (2 Ti-mô-thê 2:20-21).

Hết thảy họ đều nghe cùng một Lời Đức Chúa Trời, song cách tiếp thu của họ thì khác nhau. Một số thì chấp nhận với 'A-men' trong khi những người khác chỉ để ngoài tai vì nó chẳng hợp với suy nghĩ của họ. Một số người hết lòng lắng nghe và làm theo trong khi những người khác thì cảm nhận được phước hạnh bởi sứ điệp đó nhưng rồi sớm lãng quên.

Những sự khác biệt nầy ra từ những sự khác biệt về đặc tính

của bình chứa. Nếu tập chú vào Lời Đức Chúa Trời mà chúng ta lắng nghe, lời đó sẽ bén rễ vào lòng chúng ta một cách khác biệt với những kẻ nghe Lời Đức Chúa Trời trong tình trạng lơ mơ ngái ngủ, không tập chú. Ngay cả khi chúng ta nghe sứ điệp, kết quả cũng rất khác nhau giữa việc lắng nghe có chủ tâm và vâng giữ trong lòng với việc nghe một cách tình cờ hay ngẫu nhiên.

Công vụ. 17:11 chép rằng, *"Những người nầy có ý hẳn hoi hơn người Tê-sa-lô-ni-ca, đều sẵn lòng chịu lấy đạo, ngày nào cũng tra xem Kinh thánh, để xét lời giảng có thật chăng,"* còn Hê-bơ-rơ 2:1 cho chúng ta biết rằng, *"Vậy nên, chúng ta phải càng giữ vững lấy điều mình đã nghe, e kẻo bị trôi lạc chăng."*

Nếu chúng ta chăm chỉ lắng nghe Lời Đức Chúa Trời, khắc ghi trong tâm trí và làm theo, chúng ta có thể nói rằng mình có một chiếc bình tốt. Những ai có bình chứa tốt là những người làm theo Lời Đức Chúa Trời, nhờ đó họ có thể tu dưỡng để mau có một tấm lòng tốt. Bấy giờ khi họ có một tấm lòng tốt, tự nhiên họ sẽ vâng giữ Lời Đức Chúa Trời trong sâu thẳm lòng mình và làm theo điều mình vâng giữ.

Đặc tính tốt của chiếc bình chứa giúp tu dưỡng để có một tấm lòng tốt và một tấm lòng tốt giúp làm nên một chiếc bình tốt. Như có nói trong Lu-ca 2:19, *"Còn Ma-ri thì ghi nhớ mọi lời ấy và suy nghĩ trong lòng,"* nữ Đồng Trinh Ma-ry đã có một bình chứa tốt để giữ Lời Chúa trong tâm trí mình, và đã được ban phước cho để hoài thai Chúa Giê-su bởi quyền phép Đức Thánh Linh.

1 Cô-rinh-tô 3:9 chép rằng, *"Vả, chúng tôi là bạn cùng làm việc với Đức Chúa Trời; anh em là ruộng của Đức Chúa Trời*

cày, nhà của Đức Chúa Trời xây.'' Chúng ta là ruộng của Đức Chúa Trời cày. Chúng ta có thể có một tấm lòng trong sáng và nhân từ như mảnh đất tốt và như một chiếc bình bằng vàng được Đức Chúa Trời sử dụng cho những mục đích cao trọng nếu chúng ta lắng nghe và vâng giữ Lời Đức Chúa Trời trong tâm trí để làm theo.

Đặc Tính của Tấm Lòng: Tầm Thước của Chiếc Bình

Có một khái niệm khác có liên quan đến đặc tính của chiếc bình. Ấy là về việc người ta mở rộng và sử dụng tấm lòng của mình như thế nào. Đặc tính của chiếc bình có liên quan đến chất liệu làm ra nó trong khi đặc tính của tấm lòng có liên quan đến tầm cỡ của nó, và có thể được chia thành bốn loại.

Loại thứ nhất là những người làm nhiều hơn những gì họ được cho là phải làm. Đây là đặc tính tốt nhất của tấm lòng. Ví dụ, cha mẹ bảo con cái họ nhặt rác trên sàn nhà. Sau đó con cái không những nhặt rác thôi mà còn lau dọn phòng. Chúng đã làm vượt quá sự mong đợi của cha mẹ mình, và như vậy chúng đã làm cho cha mẹ mình hài lòng. Ê-tiên và Phi-líp chỉ là những chấp sự nhưng họ đã trung tín và thánh khiết như những sứ đồ. Họ là một niềm vui trong mắt Đức Chúa Trời và đã thực hiện những công việc đầy quyền năng, với những dấu lạ và sự kỳ diệu.

Loại thứ nhì là những người chỉ làm những gì họ được cho là nên làm. Những người như vậy chỉ thực hiện trách nhiệm của chính mình, song họ chẳng thật sự quan tâm đến người khác hay những người chung quanh. Nếu cha mẹ bảo chúng hãy nhặt rác, thì chúng chỉ việc nhặt rác. Chúng có thể được công nhận về sự vâng lời của mình, song không thể trở thành những niềm vui lớn lao hơn đối với Đức Chúa Trời. Một số tín hữu trong hội thánh cũng rơi vào loại nầy; họ chỉ hoàn thành trách nhiệm của mình mà chẳng hề thật sự để ý đến những việc khác. Những người như vậy không thể thật sự trở thành niềm vui lớn trước mặt Đức Chúa Trời.

Thứ ba là loại người chỉ làm gì mình phải làm với nhận thức về trách nhiệm. Họ chẳng hoàn thành trách nhiệm với sự vui mừng và lòng biết ơn mà chỉ phàn nàn và lầm bầm. Những người như vậy luôn bi quan trong mọi sự và keo kiệt trong sự hy sinh bản thân để giúp đỡ người khác. Nếu họ được giao cho một số nhiệm vụ nhất định nào đó, họ sẽ thực hiện với ý thức trách nhiệm, song họ dường như gây khó chịu cho người khác. Đức Chúa Trời nhìn vào tấm lòng của chúng ta. Ngài vui khi thấy chúng ta tự nguyện làm trọn bổn phận mình bởi tình yêu đối với Ngài hơn là cảm thấy áp lực hay chỉ vì ý thức trách nhiệm mà phải làm.

Loại thứ tư là những kẻ làm việc ác. Những người như vậy chẳng hề có tinh thần hay ý thức trách nhiệm nào. Họ cũng chẳng quan tâm đến ai. Họ khăng khăng bám lấy ý tưởng cùng luận thuyết riêng của mình và gây khó khăn cho người khác. Nếu những người nầy làm mục sư hay lãnh đạo là những người chăm sóc các thành viên trong hội thánh, họ không thể chăm sóc bằng tình yêu thương, do vậy dễ khiến cho họ vấp phạm hay đánh mất linh hồn. Họ luôn đổ lỗi cho người khác về những kết quả bất lợi để rồi cuối cùng thả trôi nhiệm vụ mình. Do vậy, tốt hơn là ngay từ đầu chẳng nên giao cho họ một trách nhiệm nào.

Chúng ta hãy tra xét xem tấm lòng chúng ta thuộc loại tính cách nào. Cho dù tấm lòng chúng ta không đủ rộng, chúng ta cũng có thể thay đổi thành tấm lòng bao dung hơn. Để làm được như vậy, điều cần thiết là chúng ta phải thánh hóa lòng mình để có một chiếc bình tốt. Ấy cũng là cách để chúng ta tu dưỡng để có một tấm lòng tốt nếu chúng ta biết hy sinh chính mình bởi tình yêu thương và lòng trắc ẩn trong mọi công việc.

Những người có đặc tính tốt của tấm lòng có thể làm những việc lớn vì Đức Chúa Trời và dâng vinh hiển lên cho Ngài. Ấy chính là trường hợp của Giô-sép. Giô-sép đã bị chính các anh ruột của mình bán sang xứ Ê-díp-tô, và trở thành nô lệ của Bô-ti-pha, một quan thị vệ của Pha-ra-ôn. Nhưng người chẳng hề than vãn về cuộc sống của một kẻ bị bán làm nô lệ. Người đã làm trọn bổn phận mình một cách trung tín đến mức đã được chủ đem lòng tin tưởng, người đã được giao cho trông coi toàn bộ công việc trong nhà. Về sau người đã bị buộc tội cách oan trái và bị cầm tù, những người vẫn là một con người trung tín như chính người đã từng như vậy, để rồi cuối cùng người đã trở thành một nguyên thủ quốc gia của Ê-díp-tô. Người đã cứu đất nước và gia đình mình khỏi cơn đại hạn và đặt nền tảng cho sự hình thành đất nước Y-sơ-ra-ên.

Nếu không có đặc tính tốt của tấm lòng, người đã chỉ làm những gì được chủ mình giao cho. Hẳn người đã kết thúc cuộc đời mình với tư cách là một kẻ nô lệ tại Ê-díp-tô hay một cuộc đời trong chốn lao tù. Nhưng Giô-sép đã được Đức Chúa Trời sử dụng cho mục đích lớn lao vì người đã hết lòng trước mặt Ngài trong mọi hoàn cảnh và đã cư xử với tấm lòng rộng lượng.

Lúa Mì hay Rơm Rác?

Đức Chúa Trời đã trưởng dưỡng loài người trong một thời gian dài trong không gian hữu hình nầy kể từ khi A-đam bị sa ngã. Khi đến kỳ, Ngài sẽ phân tách lúa mì ra khỏi rơm rác để đem lúa mì vào nước thiên đàng và quăng rơm rác vào địa ngục. Ma-thi-ơ 3:12 chép rằng, *"Tay Ngài cầm nia mà dê thật sạch sân lúa mình, và Ngài sẽ chứa lúa vào kho, còn rơm rạ thì đốt trong lửa chẳng hề tắt."*

Lúa mì ở đây là nói đến những người yêu mến Đức Chúa Trời và làm theo lời Ngài để sống trong lẽ thật. Ngược lại, những kẻ không làm theo lời Đức Chúa Trời song làm theo sự gian ác và không theo lẽ thật, và những kẻ không tin nhận Chúa Giê-su Christ, phạm đến những công việc của xác thịt đều thuộc về hạng rơm rác.

Đức Chúa Trời muốn mọi người đều trở nên lúa mì để được cứu (1 Ti-mô-thê 2:4). Cũng giống những người nông dân mong muốn thu hoạch trọn vẹn những hột giống mình gieo ra trên ruộng. Nhưng đến kỳ thu hoạch thì luôn có cả rơm rác, cũng giống như vậy trong công cuộc giáo hóa nhân loại vì chẳng phải hết thảy mọi người đều trở nên lúa mì để đều được cứu rỗi.

Nếu không hiểu được ý nghĩa quan trọng nầy, người ta có thể đặt những câu hỏi như, "Người ta nói rằng Đức Chúa Trời là yêu thương, thì tại sao Ngài chỉ cứu một số còn những kẻ khác Ngài lại để cho đi vào con đường hủy diệt?" Song sự cứu rỗi cá nhân không phải do Đức Chúa Trời quyết định cách tùy tiện. Sự ấy tùy vào ý chí tự do riêng của mỗi người. Mọi người sống trong không gian hữu hình nầy phải chọn lấy cho mình một con đường hoặc là Thiên đàng hay Địa ngục.

Trong Ma-thi-ơ 7:21, Đức Chúa Giê-su phán rằng, *"Chẳng phải hễ những kẻ nói cùng ta rằng: Lạy Chúa, lạy Chúa, thì đều được vào nước thiên đàng đâu; nhưng chỉ kẻ làm theo ý muốn của Cha ta ở trên trời mà thôi."* Còn trong Ma-thi-ơ 13:49-50, *"Đến ngày tận thế cũng như vậy: Các thiên sứ sẽ đến và chia kẻ ác với người công bình ra, ném những kẻ ác vào lò lửa; ở đó sẽ có khóc lóc và nghiến răng."*

Ở đây, 'người công bình' là nói đến những tín hữu. Điều này nói lên rằng Đức Chúa Trời sẽ chia rơm rác với lúa mì trong giữa vòng những kẻ tin. Mặc dù họ tin nhận Chúa Giê-su và đi nhà thờ, nhưng nếu không làm theo ý muốn của Đức Chúa Trời thì họ vẫn là những kẻ ác. Họ chỉ là rơm rác phải bị ném vào lửa địa ngục.

Đức Chúa Trời dạy chúng ta về tấm lòng của Ngài là Đấng Tạo Hóa, sự tiên liệu về công cuộc giáo hóa nhân loại và mục đích thật của cuộc sống qua Kinh Thánh. Ngài mong muốn chúng ta tu dưỡng tâm tánh để trở nên chiếc bình tốt, và trở nên con cái thật của Đức Chúa Trời – lúa mì trong vương quốc thiên đàng. Song có biết bao nhiêu người theo đuổi những thứ vô nghĩa trong thế gian đầy dẫy tội lỗi và bất kính? Ấy là vì họ phải sống bởi sự kiểm soát của phần hồn mình.

Phần 2

Sự Hình Thành của Linh Hồn

(Sự Vận Hành của Linh Hồn trong Không Gian Hữu Hình)

———————

Ý tưởng của con người đến từ đâu?

Linh Hồn Tôi Có Được Sung Mãn?

"Nhờ khí giới đó chúng tôi đánh đổ
các lý luận, và mọi sự tự cao
nổi lên nghịch cùng sự hiểu biết Đức Chúa Trời,
bắt hết các ý tưởng làm tôi
vâng phục Đấng Christ,
Cũng nhờ khí giới đó, chúng tôi sẵn sàng phạt mọi kẻ chẳng phục,
khi anh em đã chịu lụy trọn rồi."
- 2 Cô-rinh-tô 10:5-6

Chương 1
Sự Hình Thành của Linh Hồn

Từ khi tâm linh của con người bị chết,
linh hồn của người đã thay thế vị trí làm chủ của con người trong lúc họ
còn đang sống trong không gian hữu hình nầy.
Linh hồn đã bị ảnh hưởng bởi Sa-tan,
và con người có rất nhiều sự vận hành của linh hồn.

1. Định Nghĩa về Linh Hồn

2. Sự Vận Hành Đa Dạng của Linh Hồn trong Không Gian Hữu Hình

3. Sự Tối Tăm

Chúng ta nhìn thấy những sự kỳ diệu về sự sáng tạo của Đức Chúa Trời khi chúng ta nhìn vào những tạo vật như loài dơi săn mồi bởi hệ thống định vị bằng âm thanh; khi chúng ta nhìn thấy cá hồi và nhiều loài chim khác di chuyển hàng nghìn dặm rồi quay trở về nơi ra đời của mình để sanh đẻ, và chim gõ kiến có thể gõ hàng ngàn cái vào thân cây gỗ chỉ trong một phút.

Con người được tạo dựng nên để chinh phục tất cả những loài nầy. Bộ dạng bề ngoài của loài người trông chẳng khỏe mạnh như sư tử hay hổ, báo. Thính giác và khứu giác của loài người đều không tinh bằng loài chó. Tuy vậy, họ được gọi là chủ của muôn loài vạn vật.

Ấy là vì loài người có năng lực lý luận bởi chức năng của bộ não với mức độ cao hơn. Loài người có trí thông minh và họ có khả năng phát triển khoa học và nền văn minh để quản trị trên muôn loài. Đây là phần tư duy của con người có liên quan đến 'linh hồn.'

1. Định Nghĩa về Linh Hồn

Các thiết bị bộ nhớ trong não, những kiến thức có trong bộ nhớ, và những tư tưởng được thực hiện bằng cách rút ra từ kiến thức tất cả được gọi là "linh hồn."

Lý do tại sao chúng ta phải hiểu rõ mối quan hệ của tâm linh, linh hồn và thân thể là để chúng ta có thể hiểu được các hoạt động của linh hồn một cách hợp lý. Khi làm như vậy, chúng ta có thể phục hồi các loại hoạt động của linh hồn mà Chúa mong muốn. để khỏi bị kiểm soát bởi Sa-tan thông qua linh hồn, tâm linh của chúng ta phải làm chủ và cai trị linh hồn mình.

Tự Điển Merriam-Webster định nghĩa 'linh hồn' là 'bản chất phi vật chất, tạo hiệu ứng nguyên tắc, hoặc thúc đẩy nguyên nhân của một cuộc sống cá nhân, nguyên tắc tinh thần thể hiện trong con người, tất cả những loài thông sáng và có tinh thần, hay toàn nhân loại.' Song theo Kinh Thánh thì ý nghĩa của linh hồn chẳng phải như vậy.

Đức Chúa Trời đặt một thiết bị nhớ trong não bộ con người. Não bộ có chức năng ghi nhớ sự việc. Bằng cách nầy con người có thể tiếp thu tri thức vào thiết bị lưu trữ và gọi ra khi cần. Khi nội dung trong bộ nhớ được gọi ra, được gọi là 'ý tưởng.' Ấy là, ý tưởng là sự gợi lại, nhớ lại những điều đã được tiếp thu vào bộ nhớ. Thiết bị nhớ, tri thức chứa đựng trong đó, và sự gợi lại tri thức khi thực hiện một cách trọn vẹn được gọi là 'linh hồn.'

Linh hồn của con người có thể được so sánh với những dữ liệu được ghi vào bộ nhớ, tìm kiếm, và sử dụng nó trong một chiếc máy tính. Con người có linh hồn nên họ có thể nhớ và suy nghĩ, và do đó linh hồn có vai trò quan trọng như trái tim đối với con người.

Tùy theo số lượng dữ liệu mà con người đã nhìn thấy, nghe, và tiếp thu, cũng như khả năng nhớ và sử dụng những dữ liệu ấy là những gì hình thành nên năng lực nhớ và sự thông minh của người ấy là điều không giống nhau đối với mọi người. Chỉ số thông minh trong tiếng Anh gọi tắt là IQ hầu như được quyết định bởi tính di truyền, song nó cũng có thể được thay đổi bởi những yếu tố đạt được như sự học tập và kinh nghiệm. Cho dù hai người được sinh ra với chỉ số IQ giống nhau, nhưng tùy vào sự cố gắng của mỗi người mà chỉ số thông minh ấy có thể trở nên khác nhau.

Tầm Quan Trọng của Sự Vận Hành của Tâm Hồn

Sự vận hành của tâm hồn trở nên khác nhau tùy theo những loại nội dung mà chúng ta tiếp nhận vào bộ nhớ. Người ta nghe, nhìn và cảm nhận sự việc và hàng ngày nhớ đến nhiều thứ trong số chúng. Sau đó họ nhớ đến những điều ấy để hoạch định tương lai hay lý luận và phân biệt đúng sai.

Thân thể giống như một chiếc bình chứa tâm linh và tâm hồn. Tâm hồn đóng một vai trò quan trọng trong việc hình nhân cách, cá tính, và các tiêu chuẩn phán xét của một con người thông qua chức năng của 'tư duy.' Sự thành công hay thất bại của một con người phần lớn phụ thuộc vào sự vận hành tâm hồn của người đó.

Đây là một sự việc tình cờ xảy ra tại một ngôi làng nhỏ có tên gọi Kodamuri tại cây số 110 về phía tây nam Kolkata, Ấn Độ, năm 1920. Mục sư Singh cùng vợ ông làm giáo sĩ ở đó, họ nghe người dân địa phương nói về yêu quái giống hình người, sống chung với sói trong hang động. Khi Mục sư Singh bắt được các yêu quái đó, chúng là hai cô gái.

Theo tờ nhật báo thì Mục sư Singh đã giữ các cô gái là những vật chỉ giống con người ở hình dáng bề ngoài. Hết thảy cách cư xử của chúng đều là của sói. Một con trong số chúng đã sớm chết, và cô gái còn lại là Ga-ma-ra đã sống với Mụ sư Singh trong chín năm và chết vì bệnh nhiễm trùng máu còn gọi là nhiễm trùng đường tiểu.

Ban ngày Ga-ma-ra đối diện với bức tường trong một căn phòng tối tăm, chẳng hề di chuyển mà chỉ ngủ gật. Nhưng vào ban đêm, cô ta lê bước chung quanh ngôi nhà và tru lớn lên mà khi nghe từ xa thì giống như những tiếng sói thật. Cô liếm thức ăn mà không dùng đến tay. Cô chạy bằng bốn 'chân', còn sử dụng tay giống như sói. Nếu bọn trẻ con đến gần thì cô ta sẽ nhe răng gầm gừ rồi bỏ đi.

Gia đình ông Singh cố gắng làm cho cô gái sói nầy hóa ra một con người thật, song điều ấy chẳng dễ chút nào. Chỉ sau ba năm cô ta mới đầu ăn bằng tay, và sau năm năm cô ta bắt đầu có những thể hiện bên ngoài thể hiện sự vui, buồn. Cảm xúc mà Ga-ma-ra đã có thể bày tỏ cho đến lúc cô ta chết là rất căn bản, cũng giống như các con chó vẫy đuôi bày tỏ sự vui mừng khi gặp chủ.

Câu chuyện nầy cho chúng ta biết rằng tâm hồn con người đã ảnh hưởng trực tiếp trên việc làm cho loài người trở nên con người. Ga-ma-ra lớn lên chỉ nhìn thấy những cách cư xử của những con sói. Vì cô không được tiếp thu những tri thức cần thiết để làm người, nên tâm hồn cô không thể phát triển được. Vì được nuôi bởi sói, cô ta không thể cưỡng được việc hành xử như một con sói.

Sự Khác Nhau giữa Con Người và Động Vật

Con người gồm có linh, hồn và thân thể. Thành phần quan trọng nhất trong số đó là tâm linh. Tâm linh của con người được Đức Chúa Trời là Đấng thần linh ban cho, và nó không thể bị hủy diệt đi. Thân xác chết đi và trở lại với một nắm bụi đất, còn linh và hồn thì còn lại và đi vào cõi đời đời của Thiên Đàng hay Địa Ngục.

Khi Đức Chúa Trời tạo nên loài vật, Ngài đã chẳng hà hơi sống vào như loài người, nên loài vật chỉ có thân xác và hồn. Loài vật cũng có một bộ nhớ trong não bộ. Chúng có thể nhớ được những gì mình thấy và nghe trong quá trình cuộc sống. Nhưng vì không có tâm linh, nên chúng không có tấm lòng thiêng liêng. Những gì chúng nhìn thấy và nghe chỉ được chứa trong bộ nhớ lưu trữ trong các tế bào não.

Truyền Đạo 3:21 nói rằng, *"Ai biết hoặc thần của loài người thăng lên, hoặc hồn của loài thú sa xuống dưới đất?"*

Các câu nầy nói đến 'hơi thở của loài người.' Từ 'hơi thở' được sử dụng để nói đến tâm hồn của con người trong thời Cựu ước trước khi Chúa Giê-su xuống thế gian nầy, ấy là linh vẫn còn lại trong những con người đã 'chết.' Do đó, cho dù có được cứu hay không, khi chết người ta nói rằng 'hơi thở' hay 'hồn' lìa khỏi họ. Hồn của con người 'đi lên' ý nói rằng hồn của con người không biến mất mà sẽ đi vào Thiên Đàng hay Địa Ngục. Nói cách khác, hồn của loài vật đi xuống bên dưới đất, có nghĩa sẽ không còn tồn tại nữa. Khi loài vật chết, các tế bào não cũng chết và những điều được chứa trong bộ não cũng không còn nữa. Chúng chấm dứt sự vận hành của phần hồn. Trong những câu chuyện hoang đường, mèo đen hay rắn báo thù chống nghịch lại con người, song những câu chuyện nầy chẳng nên xem là có thật.

Loài vật có sự vận hành của phần hồn, nhưng đó chỉ là sự vận hành hạn chế đủ để đảm bảo sự tồn tại của chúng. Đó là kết quả của bản năng. Chúng sợ chết theo bản năng. Chúng có thể chống cự hay tỏ ra sợ hãi nếu chúng bị đe dọa nhưng chúng không báo thù. Loài vật không có tâm linh, nên chúng không bao giờ tìm kiếm Đức Chúa Trời. Loài cá có nghĩ đến con đường để gặp Đức Chúa Trời khi chúng bơi chăng? Tuy nhiên qui mô vận hành của tâm hồn của con người là hoàn toàn khác, phức tạp hơn nhiều so với loài vật. Loài người có khả năng suy nghĩ về những sự việc mà không chỉ đơn thuần là những ý thức bẩm sinh của sự sống còn. Họ có thể phát triển nền văn minh, suy nghĩ về ý nghĩa cuộc sống, hay phát triển ý tưởng về triết học hay tôn giáo.

Con người có sự vận hành của tâm hồn ở mức độ cao hơn bởi vì ngoài thân thể và tâm hồn, con người còn được phú cho tâm linh. Ngay cả những kẻ không tin Đức Chúa Trời cũng có tâm linh. Điều nầy giải thích một mức độ nào đó về việc họ ngờ ngợ ý thức về lĩnh vực thiêng liêng và cảm thấy lo sợ về đời sau (cuộc sống sau khi chết). Với tâm linh đã chết họ hoàn toàn bị tâm hồn làm chủ. Bị kiểm soát bởi tâm hồn, họ phạm tội và cuối cùng phải sa vào Địa ngục.

Con Người Tâm Hồn

Khi A-đam được tạo dựng nên, người là một loài sinh linh có thể tương giao với Đức Chúa Trời. Ấy là, Tâm linh của người là chủ còn tâm hồn như một kẻ đầy tớ vâng phục tâm linh. Dầu vậy tâm hồn cũng có chức năng nhớ lại và tư duy, nhưng ấy là vì chưa có sự giả dối hay sự ác nào trong ý tưởng, tâm hồn chỉ biết làm theo sự chỉ bảo của tâm linh là yếu tố vâng phục theo Lời Đức Chúa Trời.

Nhưng sau khi A-đam ăn cây biết điều thiện và điều ác để rồi tâm linh phải bị chết, người đã trở nên một con người tâm hồn chịu phục dưới sự kiểm soát của Sa-tan. Người đã bắt đầu tiếp nhận những ý tưởng và hành động giả dối. Bấy giờ con người mỗi ngày càng thêm xa cách với lẽ thật vì Sa-tan làm chủ trên tâm hồn họ và đưa họ đến con đường giả dối. Vậy nên, con người tâm hồn là những kẻ có tâm linh đã chết và không thể nhận bất kỳ một sự hiểu biết thuộc linh nào từ Đức Chúa Trời.

Con người tâm hồn là những kẻ tâm linh đã chết không thể

nhận được sự cứu rỗi. Ấy là trường hợp của A-na-nia và Sa-phi-ra trong hội thánh đầu thánh đầu tiên. Họ tin Đức Chúa Trời, nhưng chẳng có đức tin thật. Họ bị Sa-tan xúi giục để lừa đối Đức Thánh Linh và Đức Chúa Trời. Sự gì đã xảy đến với họ?

Công Vụ. 5:4-5 chép rằng, *"Nếu ngươi chưa bán ruộng đó, há chẳng phải là của ngươi sao? Khi bán rồi, giữ giá đó há chẳng được sao? Điều đó nhập vào lòng ngươi thế nào, ấy chẳng phải ngươi nói dối loài người, bèn là nói dối Đức Chúa Trời. A-na-nia nghe nói bấy nhiêu lời, thì ngã xuống và tắt hơi; phàm người nào hay điều đó đều sợ hãi quá đỗi."*

Vì Kinh Thánh chép rằng người đã 'tắt hơi', chúng ta có thể suy ra rằng người không được cứu. Ngược lại, Ê-tiên, một con người thuộc linh, người đã làm theo ý muốn của Đức Chúa Trời. Người đã có một tình yêu cả thể đủ để cầu nguyện cho những kẻ ném đá mình. Người đã phó 'linh hồn' mình vào tay Chúa khi người tuẫn đạo.

Công Vụ. 7:59 chép rằng, *"Chúng đang ném đá, thì Ê-tiên cầu nguyện rằng: Lạy Đức Chúa Giê-su, xin tiếp lấy linh hồn tôi."* Người đã nhận lãnh Đức Thánh Linh bởi việc tin nhận Đức Chúa Giê-su Christ và tâm linh người đã được hồi sinh, và do đó người cầu nguyện rằng "...xin tiếp lấy linh hồn tôi!" Điều nầy có nghĩa rằng người đã được cứu. Có một câu nói về 'sự sống' thay vì nói 'tâm hồn' hay 'tâm linh.' Khi Ê-li khiến sống lại đứa trẻ con của bà góa ở Sa-rép-ta, câu Kinh thánh nầy nói rằng sự sống của đứa trẻ đã trở lại. *"Đức Giê-hô-va nhậm lời của Ê-li; linh-hồn của đứa trẻ trở lại trong mình nó, và nó sống lại"* (1 Các Vua 17:22).

Như đã được nói đến, trong thời Cựu Ước, người ta chưa nhận lãnh Đức Thánh Linh, nên tâm linh của họ không thể hồi sinh. Do đó Kinh thánh không nói đến 'tâm linh' mặc dù đứa trẻ đã được cứu.

Tại Sao Đức Chúa Trời Đã Truyền Lệnh Hủy Diệt Hết Dân A-ma-léc?

Khi dân Y-sơ-ra-ên đã ra khỏi xứ Ê-díp-tô và tiến về Ca-na-an, quân A-ma-léc đã chặn đường họ. Họ chẳng sợ Đức Chúa Trời là Đấng ở cùng dân sự Y-sơ-ra-ên ngay cả sau khi đã nghe về những công việc kỳ diệu mà Ngài đã bảy tỏ tại Ê-díp-tô. Họ đã tấn công dân sự Y-sơ-ra-ên, *"xông vào binh hậu ngươi, đánh các người yếu theo ngươi, trong khi chánh mình ngươi mỏi mệt và nhọc nhằn"* (Phục Truyền. 25:17-18).

Đức Chúa Trời đã truyệnh lệnh cho Vua Sau-lơ diệt hết dân A-ma-léc là vì lý do ấy (1 Sa-mu-ên chương 15). Đức Chúa Trời đã truyền cho người diệt hết tất cả những người nam, người nữ cùng con cái chúng, và ngay cả bầy thú nuôi của chúng.

Nếu không có sự hiểu biết về thuộc linh, chúng ta không thể hiểu được một lệnh truyền như vậy. Người ta có thể tự hỏi rằng, "Đức Chúa Trời là nhân từ và yêu thương. Cớ sao Ngài đã truyền lệnh sát hại tàn ác con người như thể họ là thú vật?"

Nhưng nếu chúng ta hiểu được ý nghĩa thiêng liêng của sự việc nầy, thì chúng ta có thể hiểu tại sao Đức Chúa Trời đã truyền một mạng lệnh như vậy. Động vật cũng có một năng lực về trí nhớ, nhờ đó khi chúng được huấn luyện thì chúng có thể nhớ và làm theo. Nhưng vì không có tâm linh, nên chúng chỉ trở lại một nắm bụi đất. Chúng chẳng có giá trị gì trước mặt Đức Chúa Trời. Cũng giống như vậy, những kẻ tâm linh đã chết là những kẻ không thể được cứu nên sẽ phải sa vào Địa ngục, và cũng giống như loài vật chẳng có tâm linh, họ chẳng có giá trị gì trước mặt Đức Chúa Trời.

Đặc biệt, dân A-ma-léc là một dân rất độc ác và xảo quyệt. Cho dù có cho chúng một thời gian bao lâu chăng nữa, thì chúng cũng chẳng dùng cơ hội đó để mà ăn năn hay quay trở lại. Ví như có một người công chính hay bất kỳ người nào có thể ăn năn hay xoay bỏ con đường họ, Đức Chúa Trời sẽ cứu họ bằng mọi cách. Hãy nhớ đến lời hứa của Đức Chúa Trời rằng Ngài sẽ không hủy diệt thành Sô-đôm và Gô-mô-rơ nếu chỉ cần ở thành đó có chừng mười người công chính.

Đức Chúa Trời đầy lòng thương xót và chậm nóng giận. Nhưng đối với những người A-ma-léc ấy, họ hoàn toàn không có cơ hội để được cứu cho dù có cho họ một thời gian là bao lâu chăng nữa. Họ chẳng phải là lúa mì mà chỉ là rơm rác là thứ phải bỏ vào lửa. Đó là tại sao Đức Chúa Trời đã truyền lệnh diệt hết dân A-ma-léc là những kẻ chống nghịch Đức Chúa Trời.

Truyền Đạo 3:18 chép rằng, *"Ta lại nói trong lòng rằng: Phải như vậy, bởi vì Đức Chúa Trời muốn thử thách con loài người, và chỉ cho chúng biết rằng họ không hơn gì loài thú."* Khi Đức Chúa Trời thử thách họ, thì họ chẳng khác gì loài thú. Những kẻ tâm linh đã chết thì chỉ còn sự hoạt động của tâm hồn và thân thể, vì vậy họ hành xử giống như thú vật. Đương nhiên trong thế gian đầy tội lỗi ngày nay, có nhiều người còn tệ hơn cả thú vật. Rõ ràng họ không thể được cứu. Một mặt, loài thú chết và tiêu mất. Mặt khác, nếu không được cứu, loài người phải sa vào Địa ngục. Rốt cuộc, họ còn tệ hơn nhiều so với loài thú.

2. Sự Vận Hành Đa Dạng của Linh Hồn trong Không Gian Hữu Hình

Ở con người đầu tiên, tâm linh là chủ nhân, nhưng vì tội của A-đam, tâm linh của người đã chết. Năng lượng thuộc linh đã thất thoát đi, để rồi năng lượng xác thịt thay chỗ của nó. Kể từ đó sự vận hành của tâm hồn là thứ thuộc về sự giả dối đã bắt đầu.

Sự vận hành của tâm hồn có hai loại. Một loại thuộc về xác thịt, loại kia thuộc về tâm linh. Khi A-đam còn là một loài sinh linh, người chỉ được tiếp nhận lẽ thật trực tiếp từ Đức Chúa Trời. Như vậy người chỉ có các sự vận hành của tâm hồn thuộc về tâm linh. Ấy là, những sự vận hành nầy của tâm hồn thuộc về lẽ thật. Nhưng khi tâm linh của người đã chết, các hoạt động của tâm hồn thuộc về sự giả dối đã bắt đầu.

Lu-ca 4:6 chép rằng, *"Ma quỉ nói cùng Ngài rằng, 'Ta sẽ cho ngươi hết thảy quyền phép và sự vinh hiển của các nước đó; vì đã giao cho ta hết, ta muốn cho ai tùy ý ta.'"* Đây là một tình huống mà ma quỉ đã thử Chúa Giê-su. Ma quỉ nói rằng quyền phép đã được trao cho nó, chứ chẳng phải nó có ngay từ đầu. A-đam đã được tạo dựng nên để làm chủ muôn loài, nhưng người trở nên tôi mọi của ma quỉ vì cớ người đã phạm tội. Vì cớ nầy mà quyền phép của A-đam đã phải trao tay ma quỉ và Sa-tan. Kể từ đó, tâm hồn làm chủ trên người và hết thảy loài người đều ở dưới sự cai trị của kẻ thù là ma quỉ và Sa-tan.

Sa-tan không thể cai trị trên tâm linh hay tấm lòng chứa đầy lẽ thật của con người. Nó làm chủ tâm hồn của con người để chiếm đoạt tấm lòng của họ. Sa-tan đặt để đủ thứ giả dối vào ý tưởng của con người. Cho đến chừng nó cầm giữ được sự vận hành tâm hồn của con người, bấy giờ nó cũng có thể làm chủ tấm lòng con người nữa.

Khi A-đam còn là một sinh linh, người chỉ có tri thức lẽ thật, và do vậy tấm lòng của người cũng chính là tâm linh người. Song từ khi mối thông giao với Đức Chúa Trời đã trở nên xấu đi, người không còn được cung cấp cho tri thức của lẽ hay sinh lực thiêng liêng nữa. Thay vào đó, người đã chấp nhận tri thức giả dối là thứ do Sa-tan mang đến qua tâm hồn. Tri thức giả dối nầy đã hình thành nên tấm lòng giả dối của con người.

Đánh Đổ Hoạt của Tâm Hồn Thứ Thuộc về Xác Thịt

Có bao giờ chúng ta đã buộc phải nói ra những lời lẽ hay làm một điều gì đó mà chúng ta không bao giờ nghĩ rằng mình sẽ nói hoặc làm? Điều nầy là vì con người bị điều khiển bởi tâm hồn. Vì cớ tâm hồn bao phủ lên tâm linh, tâm linh của chúng ta có thể hoạt động được chỉ khi chúng ta đánh đổ các hoạt động của tâm hồn là thứ thuộc về xác thịt. Vậy thì làm thế nào chúng ta có thể đánh đổ các hoạt động của tâm hồn là thứ thuộc về xác thịt? Điều quan trọng hàng đầu là chúng ta phải thừa nhận thực tế rằng sự hiểu biết và những quan điểm của chúng ta đều không đúng. Chỉ khi đó chúng ta mới có thể sẵn sàng chấp nhận Lời chân lý, là điều khác hẳn với những quan điểm của chúng ta.

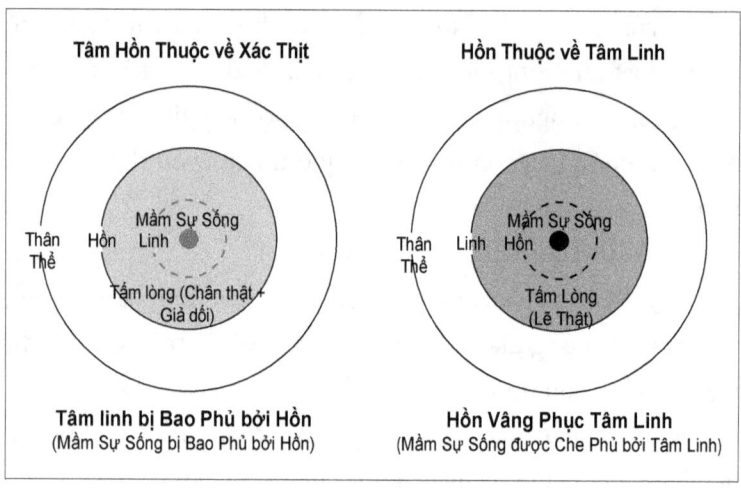

Đức Chúa giê-su đã sử dụng những dụ ngôn để đánh đổ những quan điểm sai trật của con người (Ma-thi-ơ 13:34). Họ không thể hiểu nổi những sự thiêng liêng vì cớ mầm sự sống của họ đã bị tâm hồn bóp nghẹt, vì vậy Chúa Giê-su đã cố gắng làm cho họ có thể hiểu được qua những dụ ngôn sử dụng những sự thuộc đời nầy. Song người Pha-ri-si cũng như các môn đệ Ngài đều không hiểu Ngài. Họ đã thông giải mọi sự theo tiêu chuẩn của việc trùng hợp với quan điểm và những ý tưởng xác thịt giả dối của họ, do vậy mà họ không thể hiểu được bất kỳ một điều gì thuộc về sự thiêng liêng.

Những người tuân thủ luật pháp một cách tuyệt đối thời bấy giờ lên án Chúa Giê-su về việc chữa bệnh trong ngày Sa-bát. Chỉ với ý nghĩ thông thường chúng ta cũng có thể nhận biết Chúa

Giê-su là một con người được Đức Chúa Trời công nhận và yêu thương vì Ngài đã bày tỏ quyền phép mà chỉ có Đức Chúa Trời mới làm được. Song những người tuân thủ luật pháp một cách tuyệt đối thời bấy giờ không thể hiểu được tấm lòng của Đức Chúa Trời vì cớ những truyền thống của các trưởng lão và các việc làm rập khuôn của họ. Chúa Giê-su đã cố làm cho họ hiểu được những quan điểm và sự tự định hình sai trật của mình.

Lu-ca 13:15-16 chép rằng, *"Nhưng Chúa đáp rằng: Hỡi kẻ giả hình, mỗi người trong các ngươi đang ngày Sa-bát, há không mở bò hoặc lừa mình ra khỏi máng cỏ, dắt đi uống nước hay sao? Con gái của Áp-ra-ham nầy, quỉ Sa-tan đã cầm buộc mười tám năm, há chẳng nên mở trói cho nó trong ngày Sa-bát sao?"*

Khi Ngài nói như vậy, hết thảy những kẻ chống đối Ngài đều bị bẽ mặt và cả dân chúng vui mừng về mọi việc vinh hiển Ngài đã làm. Trong thực tế, họ đã có được cơ hội để nhận biết những công việc rập khuôn sai trật của mình. Chúa Giê-su cố gắng đánh đổ các ý tưởng của con người vì chỉ khi các ý tưởng riêng của họ bị phá hủy hoàn toàn thì họ mới có thể mở lòng.

Chúng ta hãy xem Khải Huyền 3:20, có chép rằng:

Nầy, ta đứng ngoài cửa mà gõ; nếu ai nghe tiếng ta mà mở cửa cho, thì ta sẽ vào cùng người ấy, ăn bữa tối với người, và người với ta.

Trong câu nầy, 'cửa' tượng trưng cho cánh cửa của những suy

nghĩ, cụ thể là 'tâm hồn.' Chúa gõ vào cánh cửa của những suy nghĩ chúng ta bằng Lời chân lý. Ngay lúc nầy nếu chúng ta mở cửa tư tâm trí mình, nghĩa là nếu chúng ta đánh đổ tâm hồn mình mà tin nhận Lời Chúa, cánh cửa lòng của chúng ta sẽ được mở ra. Bằng cách nầy, khi Lời Ngài ngự vào lòng thì chúng ta bắt đầu làm theo những Lời ấy. Ấy là 'ăn bữa tối' cùng Chúa. Nếu chúng ta chỉ nói 'A-men' mà tin nhận Lời Ngài, dẫu cho Lời đó không hợp với suy nghĩ và luận thuyết riêng của mình, bấy giờ chúng ta có thể đánh đổ các hoạt động giả dối của tâm hồn.

Như đã giải thích, trước hết chúng ta phải mở cánh cửa những suy nghĩ mình và sau đó là cửa lòng, hầu cho phúc âm có thể chạm đến mầm sự sống, là thứ đã bị bao bọc bởi tâm hồn của con người. Điều nầy chẳng khác gì một vị khách đến thăm nhà của một người khác. Vì người đang ở bên ngoài muốn gặp ông chủ, ông chủ phải mở cổng chính để khách đi vào bên trong nhà, và cũng mở cửa hiên nhà để để vào phòng khách nữa.

Có nhiều cách để đánh đổ sự vận hành của tâm hồn là thứ thuộc về xác thịt. Để khiến cho người ta mở cửa suy nghĩ và mở lòng để tin nhận phúc âm, đối với một số người thì tốt hơn nên đưa ra cho họ một số giải thích hợp lý trong khi những người khác thì tốt hơn nên tỏ cho họ thấy được quyền năng của Đức Chúa Trời hoặc đưa ra những phúng dụ hay dụ ngôn hay. Ngoài ra, chúng ta cần liên tục đánh đổ những hoạt động giả dối của tâm hồn trong quá trình lớn lên của đức tin đối với những người đã tin nhận phúc âm. Có nhiều tín hữu không tiếp tục lớn lên trong đức tin và tâm linh. Điều nầy là vì họ không liên tục trong sự thực hành thuộc linh do những hoạt động của tâm hồn thuộc về xác thịt.

Sự Hình Thành Ký Ức

Để chúng ta có các hoạt động như mong muốn của linh hồn, chúng ta cần phải biết làm thế nào để kiến thức được tiếp thu vào vẫn còn trong ký ức. Đôi khi chúng ta chắc chắn nhìn thấy hoặc nghe thấy một cái gì đó, nhưng sau đó chúng ta hầu như không nhớ bất cứ điều gì về nó. Ngược lại, chúng ta nhớ đến một cái gì đó rõ ràng đến mức chúng ta không thể quên ngay cả sau một thời gian dài. Sự khác biệt này xuất phát từ các phương pháp được sử dụng để đưa mọi thứ vào trong hệ thống bộ nhớ của chúng ta.

Phương pháp đầu tiên để tiếp thu vào bộ nhớ đó là việc ghi nhớ một cách tình cờ. Chúng ta nghe hoặc nhìn thấy một điều gì đó, song chúng ta chẳng hề để ý đến. Giả sử chúng ta có một chuyến về thăm quê bằng tàu hỏa. Chúng ta nhìn thấy đồng lúa và những vụ mùa khác. Nhưng nếu chúng ta bận tâm bởi những suy nghĩ khác, sau khi về đến quê nhà chúng ta chẳng thật sự nhớ những gì chúng ta đã nhìn thấy trong lúc chúng ta đang trên chuyến đi. Ngoài ra, nếu học sinh mơ mộng hão huyền trong tiết học thì chúng cũng chẳng nhớ những gì mà tiết học đã nói đến.

Thứ nhì, có sự nhớ ngẫu nhiên. Khi chúng ta nhìn qua cửa sổ

thấy những đám ruộng lúa, chúng ta có thể liên hệ đến cha mẹ mình. Chúng ta nghĩ về cha mẹ mình đang làm ruộng khi nhìn thấy ruộng lúa, rồi sau đó chúng ta mường tượng lại những gì mình đã nhìn thấy. Hơn nữa, trong tiết học, học sinh có thể tình cờ ghi nhớ những gì giảng viên đã nói đến. Họ có thể nhớ lại những gì mình đã nghe ngay sau tiết học, nhưng sau vài ngày họ sẽ quên chúng đi.

Thứ ba, thiết lập bộ nhớ. Nếu là một nông dân, khi nhìn thấy những ruộng lúa và những vụ mùa khác, chúng ta sẽ chú ý đến những gì mình nhìn thấy. Chúng ta quan sát cách kỹ lưỡng về cách mà các ruộng lúa đã được chăm sóc như thế nào, hay cách gười ta xây những nhà kính, để chúng ta áp dụng những điều đó vào công việc đồng áng của mình. Chúng ta chú ý đến rồi sắp đặt vào bộ não mình, hầu cho chúng ta có thể nhớ lại các chi tiết ngay cả sau khi chúng ta về đến quê nhà. Cũng vậy, trong tiết học, giả sử giảng viên nói rằng, "Chúng ta sẽ có bài kiểm tra ngay sau tiết học nầy. Mỗi câu trả lời sai sẽ bị trừ năm điểm." Bấy giờ, học sinh có lẽ sẽ cố gắng tập trung chú ý và nhớ sự giảng giải trong tiết học kỹ hơn. Loại ghi ghi nhớ nầy sẽ tồn tại lâu hơn so với loại trước.

Thứ tư, thiết lập vào cả bộ não và tấm lòng. Giả sử chúng ta xem một bộ phim buồn. Chúng ta đồng cảm với các diễn viên và chúng ta nhập sâu vào câu chuyện đến mức đã khóc rất nhiều. Trong trường hợp nầy, câu chuyện không những được gieo vào bộ nhớ mà còn được gieo vào lòng chúng ta nữa. Cụ thể là, nó được thiết lập bằng cảm xúc vào trong lòng cũng như bằng trí nhớ vào các tế bào não. Những điều được tiếp nhận một cách mạnh mẽ trong cả bộ nhớ và tấm lòng sẽ tồn tại cho đến khi các tế bào não bị chết đi. Hơn nữa, cho dù não bộ có bị tổn hại, những gì ở trong lòng vẫn còn đó.

Nếu một cậu bé tận mắt chứng kiến cảnh mẹ mình bị chết trong một vụ tai nạn giao thông, ắt hẳn em đã bị sốc biết dường nào! Trong trường hợp nầy, cảnh tượng và nỗi đau buồn sẽ in dấu vào lòng em. Nó in sâu vào trí nhớ cũng như in vào lòng đến mức em khó có thể quên được. Chúng ta đã xem qua bốn phương pháp ghi nhớ. Nếu hiểu rõ điều nầy, sẽ giúp chúng ta kiểm soát được các họat động của tâm hồn.

Những Điều Chúng Ta Muốn Quên, song Cứ Gợi Nhớ Không Thôi

Đôi khi chúng ta cứ liên tục bị gợi nhớ lại những gì mà chúng ta muốn quên đi. Tại sao như vậy? Ấy là vì nó đã in dấu vào trong cả não bộ và trong lòng cùng với những cảm xúc.

Ví như chúng ta ghét một ai đó. Mỗi khi nghĩ đến kẻ đó, khiến chúng ta khó chịu vì cớ sự căm ghét sẵn có trong mình. Trong trường hợp nầy, trước hết chúng ta phải nghĩ đến Lời Đức Chúa Trời. Ngài dạy chúng ta phải yêu kẻ thù nghịch mình, còn Chúa Giê-su thì cầu nguyện cho những kẻ đóng đinh Ngài được tha tội. Tấm lòng mà Đức Chúa Trời mong muốn ấy là nhân từ và yêu thương, vì vậy chúng ta phải nhổ sạch rễ giả dối ra khỏi tấm lòng mình là những thứ ra từ ma quỉ và Sa-tan.

Trong hầu hết các trường hợp, nếu xem xét các nguyên nhân căn bản, chúng ta nhận ra rằng mình ghét những người khác vì những thứ không đáng kể. Chúng ta có thể nhận ra rằng mình không vâng theo Lời Chúa nếu chúng ta tự xét mình dựa trên 1 Cô-rinh-tô chương 13 có nói rằng chúng ta phải tìm kiếm lợi ích cho người khác, lịch thiệp và có thấu hiểu cho người khác. Khi nhận ra rằng chúng ta không hành động cách chính trực, sự thù hận trong lòng mình có thể dần dần tiêu tan đi. Nếu ngay từ đầu chúng ta cảm nhận và tiếp thu sự nhân từ, chúng ta không phải khốn khổ ví ý tưởng xấu xa trong mình. Ngay cả khi những người khác làm điều mà chúng ta không thích, chúng ta vẫn chẳng có sự thù hận đối với họ miễn là tiếp thu những cảm xúc trong suy nghĩ tốt đẹp, "Họ phải có một lý do."

Chúng Ta Phải Nhận Biết Những Điều Đã Được Tiếp Nhận cùng Sự Giả Dối Là Gì

Vậy, chúng ta phải làm gì với những giả dối đã được tiếp nhận cùng những cảm xúc không thật?

Nếu một điều gì đó in sâu vào lòng chúng ta, nó sẽ gợi cho chúng ta nhớ lại mặc dù chúng ta không cố tình nghĩ đến nó. Trong trường hợp nầy, chúng ta nên thay đổi cảm nghĩ có liên quan đến vấn đề. Hãy thay đổi suy nghĩ thay vì cố gắng không suy nghĩ về nó. Ví dụ, chúng ta có thể thay đổi suy nghĩ về một ai đó mà chúng ta ghét. Chúng ta có thể bắt đầu đứng về quan điểm của người ấy để suy nghĩ và hiểu rằng nếu đứng vào vị trí người ấy, mình cũng có thể đã hành động như vậy. Ngoài ra, chúng ta cũng có thể nghĩ về những điểm tốt của người ấy và cầu nguyện cho anh ta. Khi chúng ta cố gắng nói những lời ấm áp và an ủi, tặng cho người ấy những món quà nhỏ, và tỏ những hành động yêu thương, những ác cảm sẽ hóa thành những tình cảm yêu mến. Bấy giờ chúng ta sẽ không khó chịu khi nghĩ đến anh ta nữa.

Trước khi tin nhận Chúa, trong bảy năm trên giường bệnh, tôi căm ghét nhiều người. Tôi không được chữa lành và đã mất hết hy vọng về cuộc sống. Chỉ có nợ tăng lên và gia đình tôi đã gần như bị đổ vỡ. Vợ tôi phải đi làm để kiếm sống và gia đình chúng tôi đã bị người thân lảng tránh vì chúng tôi là một gánh nặng đối với họ.

Những mối quan hệ tốt đẹp trong vòng anh em cũng bị đổ vỡ. Bấy giờ tôi chỉ biết nghĩ đến hoàn cảnh khó khăn, tôi đã hận lòng vì họ đã ruồng bỏ mình. Tôi ôm mối hận thù chống lại vợ mình vì bà thường thu xếp đồ đạc và bỏ nhà ra đi, cũng như các thành viên trong gia đình bà, những người làm tổn thương tôi bằng những lời nói cay nghiệt. Mỗi khi thấy họ nhìn tôi với đôi mắt khinh bỉ, hận thù và oán giận trong tôi nổi lên mỗi lúc càng thêm hơn. Nhưng một ngày nọ tất cả những phẫn uất và hận thù đều tan biến.

Khi tin nhận Chúa và lắng nghe Lời Ngài, tôi nhận biết được

lỗi lầm của mình. Đức Chúa Trời dạy tôi phải yêu thương kẻ thù nghịch mình và Ngài đã vì chúng ta mà ban Con một của mình đến thế gian để làm của lễ chuộc tội. Còn tôi là ai mà có thể ôm giữ oán hận! Tôi đã bắt đầu đứng về phía họ để suy nghĩ. Giả sử tôi có một người chị gặp phải một người chồng là kẻ thiểu năng. Chị phải làm việc vất vả để kiếm sống. Bấy giờ, tôi sẽ nghĩ gì về hoàn cảnh nầy? Khi tôi bắt đầu đứng về phía họ để suy nghĩ, tôi đã có thể hiểu họ, và đã nhận ra rằng tất cả lỗi tại tôi.

Khi thay đổi suy nghĩ mình, tôi khá biết ơn cho các thành viên gia đình của vợ tôi. Đôi khi họ cho chúng tôi gạo cũng như những nhu yếu khác, tôi đầy lòng biết ơn về những sự ấy. Ngoài ra, chính qua những lúc khó khăn ấy, tôi đã tin nhận Chúa và biết được về Thiên Đàng, vậy nên tôi cũng đầy lòng biết ơn về sự ấy. Khi thay đổi cách nghĩ mình, tôi đầy lòng tạ ơn về thời gian mình ngã bệnh và đã gặp vợ mình. Hết thảy hận thù trong tôi đã hóa thành yêu thương.

Những Hoạt Động của Tâm Hồn Thuộc về Sự Giả Dối

Nếu có những hoạt động của tâm hồn thuộc về sự giả dối, chúng ta không những tự hại chính mình mà còn đối với những người chung quanh nữa. Vì vậy, chúng ta hãy xem xét các trường hợp thông thường về các hoạt động của linh hồn thuộc về sự giả dối mà chúng ta có thể dễ dàng tìm thấy trong cuộc sống hàng ngày của mình.

Trước hết, ấy là sự hiểu nhầm và không thể hiểu hoặc chấp nhận người khác.

Người ta ngày càng bộc lộ rõ những thị hiếu khác nhau, giá trị và khái niệm về những gì là đúng. Một số người thích rực rỡ, thiết kế độc đáo cho quần áo của họ trong khi những người khác thích những thiết kế đơn giản và gọn gàng. Ngay cả đối với cùng một bộ phim, một số người cảm thấy thú vị trong khi những người khác cảm thấy nhàm chán.

Do những sự khác biệt ấy, chúng ta có những cảm xúc khó chịu về những người khác biệt với mình mà không nhận biết điều đó. Có người có cá tính cởi mở, và nói thẳng ra những gì mình không thích. Có người thì chẳng bộc lộ cảm nghĩ của mình cách rõ ràng, và phải tốn hết một thời gian dài để đưa ra quyết định về một điều gì đó vì cớ anh ta phải suy nghĩ kỹ càng mọi sự có thể xảy ra. Một mặt, đối với người thứ nhất, thì người thứ nhì có vẻ chậm chạp và không lanh lợi. Mặt khác, theo cách nhìn của người thứ nhì người thứ nhất là kẻ hấp tấp và có vẻ hung hăng nên muốn tránh né anh ta.

Như trong dụ ngôn, ấy là một hoạt động của tâm hồn thuộc sự giả dối nếu chúng ta không thể hiểu hay chấp nhận người khác. Nếu chúng ta chỉ ưa những gì mình thích, và suy nghĩ theo cách mà chúng ta cho là phải thì ngay sau đó chúng ta không thể thật sự hiểu hay chấp nhận người khác.

Kế đến, ấy là đưa ra phán xét.

Phán xét là đưa ra kết luận về một người hoặc một sự việc dựa trên khuôn khổ suy nghĩ hay cảm xúc của chúng ta. Ở một số nước việc hỉ mũi trong khi ngồi tại bàn ăn là thô lỗ. Ở một số nước khác, việc ấy lại là hoàn toàn tốt đẹp. Ở một số nước, việc phí phạm thực phẩm bị xem là khiếm nhã trong khi ở các nước khác thì ấy là điều chấp nhận được và thậm chí là một cử chỉ lịch sự khi chừa lại một ít thức ăn.

Một người nọ thấy người kia ăn bằng tay thì hỏi rằng ăn bằng tay chẳng mất vệ sinh sao. Người kia đáp, "Tôi đã rửa tay, nên tôi biết rằng ấy là hợp vệ sinh." Tùy theo môi trường mà chúng ta lớn lên và những gì mà chúng ta học được, cảm xúc và suy nghĩ của chúng ta cũng sẽ khác nhau ngay cả đối với tình huống giống nhau. Do vậy, chúng ta không được phán xét đúng sai dựa theo tiêu chuẩn của con người, vì ấy chẳng phải là lẽ thật.

Một số người đưa những phán quyết và cho rằng những người khác cũng sẽ làm giống như họ. Những kẻ nói dối nghĩ rằng những người khác cũng nói dối như vậy. Những kẻ ưa nói hành thì cho rằng những người khác cũng sẽ như vậy.

Giả sử chúng ta nhìn thấy một người nam và một người nữ mà chúng ta biết rõ đang đứng bên nhau tại một khách sạn. Chúng ta có thể đưa ra phán xét mà rằng rằng, "Ắt hẳn họ đã ở chung phòng khách sạn với nhau. Tôi thấy họ đã nhìn nhau cách rất đặc biệt."

Song chẳng vì cớ gì mà chúng ta có thể biết rằng người nam và người nữ ấy có tâm sự trong khách sạn hay tình cờ gặp nhau ngoài đường. Nếu chúng ta phán xét và buộc tội họ rồi phao tin ấy ra, những người ấy có thể phải chịu khốn khổ nặng nề vì sự phán xét bất công, bất lợi và tổn hại vì cớ những lời đồn thất thiệt.

Những câu trả lời không phù hợp cũng ra từ sự phán xét. Nếu chúng ta hỏi một người nào đó rằng, "Hôn nay anh đến mấy giờ?" anh ta có thể đáp, "Hôm nay tôi không đến muộn." Chúng ta chỉ hỏi anh ta để biết anh ta đến lúc mấy giờ, song anh ta lại cho rằng chúng ta phán xét anh ta nên đáp lời một cách hoàn toàn không phù hợp.

1 Cô-rinh-tô 4:5 chép rằng, *"Vậy, chớ xét đoán sớm quá, hãy đợi Chúa đến; chính Chúa sẽ tỏ những sự giấu trong nơi tối ra nơi sáng, và bày ra những sự toan định trong lòng người; bấy giờ, ai nấy sẽ bởi Đức Chúa Trời mà lãnh sự khen ngợi mình đáng lãnh."*

Ở đời nầy có rất nhiều sự phán xét và buộc tội, không chỉ ở mức độ cá nhân mà còn ở mức độ gia đình, xã hội, chính trị, và ngay cả quốc gia. Nhũmg điều tà vạy như vậy chỉ tổ gây ra xung đột và mang lại bất hạnh. Con người đang sống chung với sự phán xét trong một phạm vi rộng lớn nhưng họ thậm chí không nhận biết thực tế nầy. Tất nhiên, đôi khi sự phán xét của họ là đúng, nhưng hầu hết các trường hợp đều không phải như vậy. Cho dù là đúng, thì chính bản thân sự phán xét là điều ác và bị Đức Chúa Trời cấm đoán. Bởi vậy, chúng ta không được phán xét.

Thứ ba, ấy là sự buộc tội.

Người ta không những phán xét người khác bởi những suy nghĩ riêng của mình mà còn buộc tội họ nữa. Một số người phải khổ sở vời những nỗi đau tinh thần ghê gớm như một kết quả của các lời bình phẩm chống lại họ trên mạng Internet. Sự phán xét và buộc tội là những thứ thường xảy ra trong cuộc sống hàng ngày của chúng ta. Nếu có ai đó đi ngang qua mà không chào hỏi mình, có thể chúng ta buộc tội người ấy về tội cố ý không nhận ra mình. Có thể ấy là do anh ta không thể nhận ra hoặc có thể đang bận tâm với những suy nghĩ khác, nhưng chúng ta cứ việc phán xét người với cảm nhận của mình.

Đó là tại sao Gia-cơ 4:11-12 cảnh báo chúng ta rằng:

> *Hỡi anh em, chớ nói hành nhau. Ai nói hành anh em mình hoặc xét đoán anh em mình, tức là nói xấu luật pháp, và xét đoán luật pháp. Vả, nếu ngươi xét đoán luật pháp, thì ngươi chẳng phải là kẻ vâng giữ luật pháp, bèn là người xét đoán luật pháp vậy. Chỉ có một Đấng lập ra luật pháp và một Đấng xét đoán, tức là Đấng cứu được và diệt được. Nhưng ngươi là ai, mà dám xét đoán kẻ lân cận mình?*

Phán xét hay buộc tội người khác là một việc làm kiêu ngạo làm ra vẻ mình là Đức Chúa Trời. Những người như vậy đã tự buộc tội mình. Ấy là một vấn để thậm chí còn nghiêm trọng hơn phán xét hoặc lên án những sự thiêng liêng. Một số người phán xét và buộc tội những công việc đầy quyền năng của Đức Chúa Trời hay sự tiên liệu của Ngài trong những khuôn khổ trí hiểu và tri thức của họ.

Nếu ai đó nói rằng, "Tôi đã được chữa lành một căn bệnh bất trị qua lời cầu nguyện!" thì những ai có tấm lòng thiện lành sẽ tin điều đó là thật. Tuy nhiên, một số người khác sẽ phán xét những gì đã nói mà nghĩ rằng, "Làm thế nào một căn bệnh có thể được chữa lành bằng lời cầu nguyện? Chắc hẳn là có sự chẩn đoán nhầm hoặc ông ta tự cảm thấy mình khá hơn." Những người khác thậm chí còn lên án anh ta là kẻ nói dối. Họ phán xét và lên án ngay cả những gì được ghi trong Kinh Thánh về Biển Đỏ rẽ làm hai, mặt trời và mặt trăng đứng yên, nước đắng hóa thành nước ngọt, mà cho rằng ấy chỉ là chuyện hoang đường.

Một số người nói rằng họ tin Đức Chúa Trời nhưng họ lại phán xét và lên án những công việc của Đức Thánh Linh. Nếu có ai đó nói rằng mắt thuộc linh mình đã được mở nhờ vậy mà anh ta có thể nhìn thấy được những sự thiêng liêng, hay nói rằng anh ta có thể tương giao với Đức Chúa Trời, họ liền khinh suất mà cho rằng người ấy đã nói bậy bạ và ấy là chuyện thần bí. Song những chuyện như vậy chẳng có gì đáng nghi ngờ vì đã có chép trong Kinh Thánh, thế nhưng họ cứ buộc tội những điều nầy trong rập khuôn niềm tin cá nhân của họ.

Đã có rất nhiều người như vậy vào thời Chúa Giê-su. Khi Ngài chữa lành người bệnh vào ngày Sa-bát, lẽ ra họ nên quan tâm đến sự thật về quyền phép của Đức Chúa Trời đã được tỏ ra qua Chúa Giê-su. Nếu điều nầy không hợp với ý muốn của Đức Chúa Trời thì hẳn sự ấy đã không xảy ra qua Chúa Giê-su ngay từ đầu. Song những người Pha-ri-si đã đoán xét và buộc tội Chúa Giê-su, Con Đức Chúa Trời, trong những khái niệm tự định hình và trí hiểu rập khuôn. Nếu chúng ta đoán xét và lên án công việc của Đức Chúa Trời, cho dù việc đó chỉ vì chúng ta không hiểu rõ lẽ thật, ấy là một tội trọng. Chúng ta phải hết sức thận trọng vì chúng ta sẽ chẳng có cơ hội để ăn năn nếu chúng ta chống nghịch, nói lời xúc phạm, hay phỉ báng Đức Thánh Linh.

Hoạt động thứ tư của tâm hồn trong sự giả dối ấy là phát tán một thông điệp khiếm khuyết hay sai trật.

Khi truyền đi một sứ điệp, chúng ta có khuynh hướng đưa vào đó cảm nhận và tư tưởng của chính mình, do vậy mà sứ điệp bị méo mó. Ngay cả nếu chúng ta giảng cùng một sứ điệp, ý nghĩa ban đầu có thể bị làm cho thay đổi tùy theo sự thể hiện bên ngoài và giọng điệu của chúng ta. Ví dụ, thậm chí khi ta gọi một người nào đó với cùng một từ "hey!" chẳng hạn, gọi anh ta với một giọng thân thiện nhẹ nhàng, và gọi bằng một giọng cộc cằn và giận dữ sẽ truyền đạt một ý nghĩa hoàn toàn khác nhau. Hơn nữa, nếu chúng ta không thể truyền đi chính xác cùng những từ ngữ song thay đổi chúng thành lời lẽ riêng của mình, ý nghĩa ban đầu của nó thường trở nên méo mó.

Chúng ta có thể tìm thấy những ví dụ nầy trong đời sống

hàng ngày cũng như trong những sự cường điệu hay chữ viết tắt của những gì đã nói. Đôi khi, bối cảnh hoàn toàn thay đổi. "Điều ấy chẳng đúng sao?" trở nên "Điều đó là đúng, có phải vậy không?" và "Chúng ta đang lập kế hoạch..." hay "Chúng ta có thể..." trở thành "Dường như chúng ta sẽ..."

Nhưng nếu có tấm lòng chân thật, chúng ta sẽ không bóp méo sự thật bằng những cách nghĩ riêng của mình. Chúng ta sẽ có thể rao truyền những thông điệp chính xác hơn tùy theo mức độ mà chúng ta giũ bỏ tấm lòng và tính nết gian ác như tìm kiếm lợi ích riêng, không đúng đắn, đoán xét vội vàng, nói xấu người khác. Lời Chúa trong Giăng 21:18 nói về sự tuẫn đạo của Phi-e-rơ rằng, *"Quả thật, quả thật, ta nói cùng ngươi, khi ngươi còn trẻ, ngươi tự mình thắt lưng lấy, muốn đi đâu thì đi; nhưng khi ngươi già, sẽ giơ bàn tay ra, người khác thắt lưng cho và dẫn ngươi đi đến nơi mình không muốn."*

Bấy giờ, Phi-e-rơ trở nên rất tò mò về Giăng mà hỏi Chúa rằng, *"Lạy Chúa, còn người nầy, về sau sẽ ra thế nào?"* (c. 21) Chúa Giê-su đáp, *"Nếu ta muốn người cứ ở cho tới khi ta đến, thì can hệ gì với ngươi? Còn ngươi, hãy theo ta!"* (c. 22) Chúng ta nghĩ thông điệp nầy được truyền đến cho các môn đệ khác như thế nào? Kinh thánh cho biết họ nói rằng môn đệ ấy sẽ không chết. Chúa Giê-su muốn nói rằng Phi-e-rơ không cần phải quan tâm đến việc nếu như Giăng có còn sống khi Ngài trở lại hay không. Nhưng các môn đệ đã truyền đi một thông điệp hoàn toàn không đúng sự thật bằng cách thêm suy nghĩ của mình vào.

Thứ năm là những cảm xúc tiêu cực hay cảm giác khó chịu

Bởi vì chúng ta có bản tánh xác thịt, những ác ý như thất vọng, bị tổn thương niềm tự hào, ghen tị, giận dữ, và thù oán, chúng ta có những hoạt động không trung thực của linh hồn từ những sự ấy. Ngay cả đối với cùng một lời chúng ta nghe, phản ứng của chúng ta trở nên khác nhau tùy theo cảm xúc của mình.

Giả sử một ông chủ của một công ty nói với nhân viên của mình, "Anh không thể làm tốt hơn sao?" để chỉ ra một sai sót nào đó. Trong tình huống này, một số người sẽ tiếp thu với sự lịch thiệp, rồi mỉm cười mà đáp rằng, "Vâng, tôi sẽ cố gắng để làm tốt hơn trong thời gian tới." Song những người có sự phàn nàn về sếp có thể có cảm giác khó chịu hay oán giận về nhận xét ấy. Họ có thể nghĩ, "Ông ta có cần thiết phải tỏ ra cách khó chịu như vậy chăng?" hay "Còn ông ta thì sao? Thậm chí ông ta cũng chẳng làm tốt công việc mình.

Hoặc giả, ông chủ cho chúng ta một lời khuyên rằng, "Tôi nghĩ anh nên sửa lại phần nầy theo các nầy thì tốt hơn." Bây giờ một số trong chúng ta sẽ tiếp thu cách đơn giản mà đáp rằng, "Đó cũng là một ý hay. Cảm ơn về lời khuyên của ông," và lưu tâm đến lời khuyên đó. Nhưng có một số người trong tình huống nầy cảm thấy khó chịu và niềm tự hào của họ bị tổn thương. Vì những ác tưởng nầy, đôi khi họ phàn nàn mà rằng, "Tôi đã cố gắng hết mình để làm tốt công việc nầy, chẳng biết làm sao mà ông ta lại ăn nói cách dễ dàng như vậy? Nếu quá thạo việc, sao ông ta không tự làm lấy?"

Trong Kinh Thánh, chúng ta được biết về sự quở trách của Chúa Giê-su đối với Phi-e-rơ (Ma-thi-ơ 16:23). Khi đã đến lúc Chúa Giê-su phải chịu thập hình, Ngài đã nói cho các môn đệ biết về những gì sẽ xảy đến. Phi-e-rơ không muốn thấy mình phải chịu đau đớn quá thể như vậy nên can cùng Ngài rằng, *"Hỡi Chúa, Đức Chúa Trời nào nỡ vậy! Sự đó sẽ không xảy đến cho Chúa đâu!"* (c. 22)

Bấy giờ, Chúa Giê-su không cố yên ủi người mà rằng, "Ta biết ngươi cảm thấy như thế nào. Ta cảm ơn về điều đó. Nhưng ta phải đi." Song, Ngài đã quở trách người mà rằng, *"Ớ Sa-tan, hãy lui ra đằng sau ta! Ngươi làm gương xấu cho ta; vì ngươi chẳng nghĩ đến việc Đức Chúa Trời, song nghĩ đến việc người ta"* (c. 23).

Bởi vì con đường cứu rỗi có thể mở ra chỉ khi Chúa Giê-su gánh lấy sự đau đớn của thập hình, không cho việc nầy xảy ra thì chẳng khác nào ngăn trở sự tiên liệu của Đức Chúa Trời. Nhưng Phi-e-rơ chẳng hề có ác cảm nào hay phàn nàn nghịch cùng Chúa Giê-su vì người tin rằng những gì Chúa Giê-su nói đều có một ý nghĩa nhất định. Với một tấm lòng nhân từ như vậy, sau nầy Phi-e-rơ đã trở thành một sứ đồ và đã bày tỏ quyền năng lạ lùng của Đức Chúa Trời.

Mặt khác, điều gì đã xảy đến với Giu-đa Ích-ca-ri-ốt? Trong Ma-thi-ơ 26, Ma-ri ở Bê-tha-ni đã đổ một lọ dầu thơm đắt tiền lên Chúa Giê-su. Giu-đa cho đó là một việc phung phí nên trách rằng, *"Sao phí của như vậy? Dầu nầy có thể bán được nhiều tiền và lấy mà bố thí cho kẻ nghèo nàn"* (c. 9). Nhưng thật ra ông ta muốn ăn cắp tiền.

Ở đây, Chúa Giê-su đã khen ngợi những gì Ma-ri đã làm trong sự toan liệu của Đức Chúa Trời, đó là sự chuẩn bị cho lễ an táng ngài. Dầu vậy, Giu-đa đã cảm thấy khó chịu và phàn nàn chống nghịch Chúa Giê-su vì Ngài đã chẳng chấp nhận lời mình. Cuối cùng, người đã phạm trọng tội bằng cách lập kế hoạch để phản bội Chúa Giê-su và bán đứng Ngài.

Ngày nay, nhiều người có những hoạt động của tâm hồn không ở trong lẽ thật. Khi nhìn thấy một điều gì đó, chúng ta sẽ không có bất kỳ một hoạt động nào của tâm hồn miễn sao chúng ta không có cảm xúc gì về điều đó. Khi nhìn thấy một điều gì đó, chúng ta phải dừng lại ở mức độ quan sát. Chúng ta không sử dụng ý tưởng của mình để đưa ra sự phán xét và buộc tội, vì ấy là tội lỗi. Để giữ mình trong lẽ thật, tốt hơn chúng ta không nên để tai đến những điều giả dối. Nhưng cho dù chúng ta phải tiếp xúc với bất kỳ sự giả dối nào, chúng ta vẫn có thể giữ mình trong sự tin kính nếu chúng ta suy nghĩ và cảm nhận trong sự tin kính.

3. Sự Tối Tăm

Sa-tan có cùng sức mạnh của quyền lực tối tăm mà Lu-xi-phe có để đã xúi giục con người có những ý tưởng và tấm lòng tà vạy làm việc ác.

Trong thực tế, chính là những ác linh khiến chúng ta có những họat động của tâm hồn thuộc về sự giả dối. Thế giới của những ác linh đã được Đức Chúa Trời cho phép tồn tại để làm trọn sự tiên liệu về công cuộc giáo hóa nhân loại. Chúng cầm quyền chốn không trung khi công cuộc giáo hóa nhân loại đang diễn ra. Ê-phê-sô 2:2 chép rằng, *"…đều là những sự anh em xưa đã học đòi, theo thói quen đời nầy, vâng phục vua cầm quyền chốn không trung, tức là thần hiện đương hành động trong các con bạn nghịch."*

Đức Chúa Trời cho phép chúng cầm quyền trên quyền lực tối tăm cho đến kỳ Ngài kết thúc công cuộc giáo hóa nhân loại.

Những ác linh ấy thuộc về quyền lực tối tăm lừa dối và khiến cho con người phạm tội, chống nghịch lại Đức Chúa Trời. Chúng cũng có trật tự chặt chẽ. Kẻ cầm đầu, Lu-xi-phe, cầm quyền trên các quyền lực tối tăm, truyền lệnh và điều khiển các ác linh thuộc cấp. Có rất nhiều thực thể giúp đỡ cho Lu-xi-phe. Chúng là những con rồng có thực quyền và những thiên sứ của chúng (Xem: Khải Huyền 12:7). Cũng có Sa-tan và ma quỉ chúng.

Lu-xi-phe, kẻ cầm đầu quyền lực tối tăm

Lu-xi-phe là một thiên sứ trưởng là kẻ đã ca ngợi Đức Chúa Trời bằng giọng ca cùng những nhạc khí tốt đẹp. Lu-xi-phe đã được Đức Chúa Trời yêu mến từ lâu, song vì ham thích địa vị cao trọng cùng quyền lực nên cuối cùng Lu-xi-phe đã trở nên kiêu ngạo và phản nghịch Đức Chúa Trời. Từ đó hình dáng xinh đẹp của nó đã trở nên gớm ghiếc. Ê-sai 14:12 chép rằng, *"Hỡi sao mai, con trai của sáng sớm kia, sao ngươi từ trời sa xuống! Hỡi kẻ giày đạp các nước kia, ngươi bị chặt xuống đất là thể nào!"*

Ngày nay, không nhận biết được điều nầy, nhiều người trông giống với diện mạo của Lu-xi-phe trong kiểu tóc và sự trang điểm lạ thường. Qua khuynh hướng và thời trang của thế giới, Lu-xi-phe điều khiển tâm trí và tư tưởng của con người theo ý muốn của mình. Đặc biệt, Lu-xi-phe đã góp phần rất lớn vào việc ảnh hưởng đến nền âm nhạc của thế giới.

Lu-xi-phe cũng xúi giục người ta đi vào con đường tội lỗi và vô luật pháp qua những tiện nghi hiện đại. Lu-xi-phe lừa dối những những bậc cầm quyền gian ác đứng lên chống lại Đức Chúa Trời. Một số quốc gia công khai bắt bớ Cơ Đốc nhân. Tất cả sự nầy đều được thực hiện bởi sự thúc đẩy và xúi giục của Lu-xi-phe.

Ngoài ra, Lu-xi-phe còn cám dỗ con người với đủ thứ phù phép và ma thuật, bùa mê hay qua các thầy pháp để khiến người ta đến thờ lạy nó. Lu-xi-phe ra sức lừa dối để đưa dẫn thêm dù chỉ một linh hồn nữa xuống địa ngục và khiến người ta chống nghịch Đức Chúa Trời.

Những Con Rồng và Các Sứ Giả Chúng

Những con rồng là những kẻ cầm đầu những ác linh dưới quyền Lu-xi-phe. Người ta cho rằng con rồng chỉ là con vật theo trí tưởng. Song những con rồng là có thật trong thế giới tà linh. Nhưng chúng là những thực thể vô hình vì là những thể linh. Theo những sự mô tả thường thấy nhất về những con rồng, chúng có sừng như sừng nai, mắt quỉ, tai giống như tai trâu bò. Trên da và bốn chân đều có vảy. Chúng trông giống như loài bò sát khổng lồ.

Rồng là loài tạo vật, ban đầu có bộ lông vũ dài, xinh đẹp, và lộng lẫy. Chúng ở quanh ngai của Đức Chúa Trời. Chúng được Đức Chúa Trời yêu thương như những vật cưng và được ở gần Đức Chúa Trời. Chúng có đại quyền và vô số chê-ru-bim thuộc cấp. Nhưng khi cùng với Li-xi-phe phản nhịch Đức Chúa Trời, các sứ chúng cũng trở nên hư đốn và đứng ra chống nghịch Đức Chúa Trời. Các sứ của loài rồng hiện nay cũng có hình thù gớm ghiếc của loài vật. Chúng cầm quyền trên chốn không trung cùng với loài rồng và xui khiến cho loài người phạm tội và làm việc ác.

Đương nhiên, Lu-xi-phe là kẻ cầm đầu trong thế giới của những ác linh, nhưng trong một ý nghĩa thực tế, Lu-xi-phe

123

đã ban quyền cho con rồng và các sứ chúng để chống nghịch lại những tạo vật thiêng liêng thuộc về Đức Chúa Trời và cầm quyền chốn không trung. Từ bao đời nay, con rồng đã truyền cảm hứng cho người ta làm ra hoặc chạm trổ hình tượng hay mô hình của con rồng để cho người ta thờ lạy chúng. Ngày nay, một số tôn giáo công khai tôn sùng con rồng và thờ lạy nó, những người nầy phải chịu phục dưới quyền điều khiển của con rồng.

Khải huyền 12:7-9 nói về những con rồng và các sứ chúng như sau:

> *Bấy giờ có một cuộc chiến đấu trên trời: Mi-chen và các sứ người tranh chiến cùng con rồng, rồng cũng cùng các sứ mình tranh chiến lại; song chúng nó không thắng, và chẳng còn thấy nơi chúng nó ở trên trời nữa. Con rồng lớn đó bị quăng xuống, tức là con rắn xưa, gọi là ma quỉ và Sa-tan, dỗ dành cả thiên hạ; nó đã bị quăng xuống đất, các sứ nó cũng bị quăng xuống với nó.*

Con rồng dỗ dành những kẻ xấu qua các sứ chúng. Những kẻ xấu nầy sẽ chẳng do dự ngay cả việc phạm các tội ghê gớm như giết người hay mua bán con người một cách bất hợp pháp. Các sứ của con rồng có hình thù giống các loài thú có nói đến trong sách Lê vi ký là những thứ gớm ghiếc đối với Đức Chúa Trời. Ma quỉ sẽ hiện ra trong nhiều hình dạng khác nhau tùy theo loài thú, vì mỗi loài có đặc tính khác nhau như sự hung dữ, xảo quyệt, thô tục, hay tính lang chạ.

Lu-xi-phe hành động thông qua những con rồng, các sứ của con rồng hoạt động theo lệnh của con rồng. So với một quốc gia, Lu-xi-phe giống như một vị vua, còn con rồng giống như thủ tướng hoặc tổng chỉ huy của quân đội là người thực hành kiểm soát hành chính các bộ trưởng và những người lính. Mỗi khi con rồng làm nhiệm vụ, chúng không nhận lệnh trực tiếp từ Lu-xi-phe, vì Lu-xi-phe đã đặt ý tưởng của nó vào tâm trí con rồng, và do vậy nếu con rồng làm bất kỳ điều gì thì việc ấy tự động hợp với mong muốn của Lu-xi-phe.

Sa-tan Có Tâm Địa và Quyền Năng của Lu-xi-phe

Các ác linh có thể có thể ảnh hưởng đến con người tùy theo mức độ ô uế mà quyền lực tối tăm đã gây nên trên tấm lòng họ, ma quỉ không xúi giục người ta ngay từ đầu. Trước tiên, chính Sa-tan hành động trên con người, rồi kế đến là ma quỉ. Nói đơn giản hơn, Sa-tan là kẻ làm theo ý muốn của Lu-xi-phe. Sa-tan chẳng có hình thật song nó hành động qua tư tưởng của con người. Sa-tan có sức mạnh quyền lực tối tăm của Lu-xi-phe, Sa-tan khiến con người có những ý tưởng và tâm trí xấu xa để phạm đến những công việc gian ác.

Vì Sa-tan là một dạng linh (Gióp 1:6-7), là kẻ hành động bằng nhiều cách tùy theo đặc tính của sự tối tăm mà một con người nào đó mang lấy. Đối với những kẻ nói dối, Sa-tan sẽ hành động bằng linh lừa dối (1 Các Vua 22:21-23). Đối với những kẻ thích gây bất đồng bằng cách đứng về phe nầy chống nghịch phía kia, Sa-tan sẽ hành động với một linh như vậy (1 Giăng 4:6). Đối với những kẻ thích những công việc thô tục của xác thịt, Sa-tan sẽ hành động bằng những linh ô uế (Khải huyền 18:2).

Như đã giải thích, Lu-xi-phe, con rồng, và Sa-tan đều có những vai trò khác nhau, cũng như chúng có những hình thù khác nhau, nhưng chúng có đồng tâm trí, ý tưởng và có sức mạnh để làm việc ác. Vậy, chúng ta hãy xem xét để biết Sa-tan hành động trên con người như thế nào.

Sa-tan giống như sóng vô tuyến phát ra trong không trung. Sa-tan liên tục phát sóng để truyền tâm trí và quyền năng của nó vào không trung. Giống như sóng vô tuyến có thể được nhận bởi một ăng-ten điều chỉnh để nhận, tâm trí, ý tưởng và quyền lực tối tăm của Sa-tan có thể được những kẻ đã chấp nhận chúng tiếp đón lấy. Ăng-ten ở đây là sự dối trá, tối tăm ở trong lòng của con người.

Ví dụ, bản tánh của sự thù ghét trong lòng có thể hành động như chiếc ăng-ten tiếp thu sóng vô tuyến của sự thù ghét được được Sa-tan truyền vào không trung. Sa-tan đặt để sức mạnh của sự tối tăm vào con người qua suy nghĩ của họ ngay khi sóng vô tuyến của sự tối tăm được Sa-tan phát ra và những sự gian dối trong lòng con người có cùng tần số sẽ gặp nhau. Qua điều nầy, tấm lòng gian dối sẽ được thêm sức và trở nên linh họat. Đây là khi chúng ta nói rằng 'nhận lấy công việc của Sa-tan', hay kẻ ấy nghe theo tiếng của Sa-ta.

Khi nghe tiếng nói của Satan theo cách này, người ta sẽ phạm tội trong tư tưởng, và hơn nữa, họ sẽ phạm tội trong hành động. Khi những bản chất tà ác như thù hận, ghen tị nhận lấy công việc của Sa-tan, người ta sẽ mong muốn làm hại người khác. Khi điều này phát triển hơn nữa, người ta thậm chí có thể phạm tội giết người.

Sa-tan Hành Động qua Cửa Ngõ Tư Tưởng

Con người có tấm lòng chân thật và gian dối. Khi chúng ta tin nhận Chúa Giê-su Christ và trở nên con cái Đức Chúa Trời, Đức Thánh Linh ngự vào lòng và cảm động tấm lòng chân thật của chúng ta, nhờ đó chúng ta có thể nghe được tiếng Ngài tự trong lòng mình. Ngược lại, Sa-tan hành động từ bên ngoài, nên cần có một cửa ngõ để thâm nhập vào tấm lòng con người. Cửa ngõ đó chính là suy nghĩ của con người.

Con người chấp nhận những gì mắt thấy tai nghe và nhận biết cùng với cảm xúc rồi lưu trữ chúng vào lý trí và tấm lòng. Vào hoàn cảnh hay điều kiện thuận lợi những ký ức nầy sẽ được gợi ra. Ấy là 'ý tưởng.' Các ý tưởng đều khác nhau tùy theo loại cảm xúc mà chúng ta có khi chúng ta lưu trữ một điều gì đó vào trong ký ức mình. Thậm chí cùng một hoàn cảnh giống nhau, một số người khắc ghi vào ký ức mình một cách phù hợp với sự thật nên họ có những suy nghĩ chân thật, trong khi những kẻ khắc ghi vào ký ức theo sự giả dối sẽ có những suy nghĩ giả dối.

Hầu hết người ta đều không được dạy về lẽ thật là Lời Đức Chúa Trời. Bởi đó mà lòng họ chứa nhiều sự giả dối hơn lẽ thật.

Sa-tan thúc đẩy và xúi giục những con người như vậy để họ có những suy nghĩ gian dối. Những sự nầy gọi là 'ý tưởng xác thịt.' Khi nhận lấy công việc của Sa-tan, người ta không thể vâng phục luật pháp Đức Chúa Trời. Họ bị làm nô lệ cho tội lỗi và cuối cùng phải gặt lấy sự chết (Rô-ma 6:16, 8:6-7).

Sa-tan Làm Chủ Tấm Lòng Con Người bằng Cách Nào?

Nói chung, Sa-tan hành động từ bên ngoài qua cửa ngõ tư tưởng của con người. Ví dụ, Kinh thánh nói rằng Sa-tan đã nhập vào Giu-đa Ích-ca-ri-ốt, một trong mười hai môn đệ của Chúa Giê-su. Sa-tan 'nhập vào người' có nghĩa là ông ta liên tục nhận lấy công việc của Sa-tan và cuối cùng đã trao trọn lòng mình cho Sa-tan. Bằng cách nầy Giu-đa Ích-ca-ri-ốt đã hoàn toàn bị Sa-tan cầm giữ.

Giu-đa Ích-ca-ri-ốt đã từng kinh nghiệm được quyền năng kinh ngạc của Đức Chúa Trời và trong lúc theo Chúa Giê-su người cũng đã được dạy dỗ về sự thiện lành, nhưng vì người chẳng giữ bỏ lòng tham mình, nên đã ăn trộm tiền của Chúa (Giăng 12:6).

Người cũng đầy lòng tham trong việc tìm kiếm sự vinh hiển và quyền lực lớn cho mình khi Đấng Mê-si-a, Giê-su dành được ngai vàng trên đất nầy. Nhưng sự thật chẳng hề như người mong đợi, vậy nên, dần dần người đã để cho Sa-ta bắt lấy ý tưởng mình. Cuối cùng, trọn cả tấm lòng người đã nằm trong tay Sa-tan, để rồi người bán đứng Thầy mình lấy ba mươi nén bạc. Khi Sa-tan hoàn thoàn chế ngự tấm lòng của một cá nhân nào đó, chúng ta nói rằng Sa-tan đã nhập vào người.

Trong Công Vụ 5:3, Phi-e-rơ nói rằng lòng A-na-nia và Sa-phi-ra đầy dẫy Sa-tan nên đã giấu một phần tiền bán đất của mình mà đã nói dối với Đức Thánh Linh. Phi-e-rơ nói như vậy vì trước đó đã có nhiều trường hợp tương tự đã xảy ra. Vậy nên, cụm từ, 'Sa-tan nhập' hay 'đầy dẫy Sa-tan' ý nói rằng người ta đã có Sa-tan trong lòng mình, và chính họ đã trở nên giống Sa-tan. Với cái nhìn thuộc linh, Sa-tan giống như một đám mây đen hay sương mù. Năng lượng của sự tối tăm, thứ giống như đám khói đen, vây quanh những kẻ nhận lấy công việc của Sa-ta tới một mức độ cực lớn. Để không nhận lấy công việc của Sa-tan, trước hết chúng ta phải cắt đứt mọi ý tưởng giả dối. Hơn thế nữa, chúng ta phải nhổ sạch rễ lòng gian dối ra khỏi chúng ta. Về căn bản, điều nầy có nghĩa rằng chúng ta phải cắt bỏ ăng-ten tiếp nhận 'sóng vô tuyến' của Sa-tan.

Sa-tan và Ma Quỉ

Ma quỉ là một phần thiên sứ hư đốn cùng với Lu-xi-phe. Khác với Sa-tan, chúng có một số hình thù nhất định. Trong bộ dạng đen tối, chúng có mặt, mũi, mắt, tai, và miệng giống như những thiên sứ. Chúng cũng có tay và chân. Ma quỉ xúi giục người ta phạm tội rồi mang đến cho họ đủ thứ gian nan thử thách. Song ấy chẳng phải là ma quỉ nhập vào con người để làm những việc đó. Với sự chỉ dẫn của Sa-tan, ma quỉ chế ngự những kẻ đã trao mình cho quyền lực tối tăm và khiến họ phạm đến những việc ác không thể chấp nhận được. Nhưng đôi khi ma quỉ trực tiếp chế ngự lòng một số người để làm công cụ cho chúng. Những kẻ đã bán linh hồn cho ma quỉ, như những phù thủy, thầy pháp là những kẻ phục dưới quyền của ma quỉ và bị biến thành công cụ của chúng. Những kẻ đã bán linh hồn cho ma quỉ cũng khiến người khác làm những công việc của ma quỉ nữa. Thế nên, Kinh thánh nói rằng những kẻ phạm tội là thuộc về ma quỉ (Giăng 8:44; 1 Giăng 3:8).

Giăng 6:70 chép rằng, *"Đức Chúa Giê-su đáp rằng: Ta há chẳng đã chọn các ngươi là mười hai sứ đồ sao? Mà một người trong các ngươi là quỉ!"* Đức Chúa Giê-su nói về Giu-đa Ích-ca-ri-ốt kẻ đã bán đứng Chúa Giê-su. Một người như vậy đã trở thành nô lệ cho tội lỗi và chẳng có phần gì với sự cứu rỗi và là con của ma quỉ. Khi Sa-tan nhập vào Giu-đa và chế ngự lòng người, thì người đã làm những công việc của ma quỉ, ấy là bán đứng Chúa Giê-su. Ma quỷ giống như một người quản lý trung gian nhận lệnh từ Sa-tan, trong khi kiểm soát được nhiều quỷ nó khiến cho người ta đau đớn vì bệnh tật và khiến họ ngày càng sa vào việc ác.

Sa-tan, và những ma quỉ nó đều có hệ thống cấp bậc. Chúng phối hợp chặt chẽ với nhau. Trước tiên, Sa-tan hành động trên ý tưởng giả dối của con người để mở đường cho ma quỉ hành động. Kế đến, ma quỉ bắt đầu hành động trên con người để khiến họ phạm đến những công việc xác thịt và những công việc khác của nó. Chính Sa-tan là kẻ hành động qua suy nghĩ, và chính công việc của ma quỉ khiến cho làm theo những suy nghĩ đó. Hơn thế nữa, khi việc làm gian ác vượt quá giới hạn nhất định nào đó, thì ma quỉ bèn nhập vào người đó. Một khi ma quỉ đã nhập vào ai đó thì họ liền mất đi ý chí tự do của mình và trở nên con rối của ma quỉ.

Kinh thánh có ngụ ý đến những ma quỉ nầy là những ác linh song nhiều hình thức khác nhau của những thiên sứ sa ngã hay Lu-xi-phe (Thi thiên 106:28; Ê-sai 8:19; Công vụ. 16:16-19; 1 Cô-rinh-tô 10:20). Ma quỉ từng có hình dạng của con người là những kẻ có linh, hồn và thể xác. Một số người sống trên đất nầy khi chết đi mà không nhận được sự cứu rỗi, qua đời họ phải chịu nhận lấy những hoàn cảnh đặc biệt, nhất định, và trở thành ma quỉ. Hầu hết người ta đều không có khái niệm rõ ràng về thế giới của những tà linh. Song tà linh luôn cố gắng giành giật để cướp đi dầu chỉ thêm một linh hồn nữa, đẩy họ đến với con đường hủy diệt cho đến ngày cuối cùng mà Đức Chúa Trời đã định sẵn.

Vì lý do nầy, 1 Phi-e-rơ 5:8 nói rằng, *"Hãy tiết độ và tỉnh thức: kẻ thù nghịch anh em là ma quỉ, như sư tử rống, đi rình mò chung quanh anh em, tìm kiếm người nào nó có thể nuốt được."* Còn Ê-phê-sô 6:12 thì nói rằng, *"Vì chúng ta đánh trận, chẳng phải cùng thịt và huyết, bèn là cùng chủ quyền, cùng thế lực, cùng vua chúa của thế gian mờ tối nầy, cùng các thần dữ ở các miền trên trời vậy."*

Chúng ta phải luôn luôn tiết độ và tỉnh thức nì nếu sống theo đường lối của quyền lực tối tăm thì chúng ta không thể nào không sa vào con đường chết.

Chương 2
Bản Ngã

Sự công bình riêng được hình thành khi chúng ta bị truyền cho
sự giả dối của đời nầy và xem chúng như thể lẽ thật.
Khi sự công bình riêng đã được lập vững thành một tâm trí rập khuôn.
Sự in trí nầy được hình thành là hệ thống kiên cố của sự công bình riêng.

- Cho Đến Khi 'Bản Ngã' Con Người Được Hình Thành

- Sự Công Bình Riêng và Những Rập Khuôn

- Để Có Những Họat Động của Tâm Hồn Thuộc về Lẽ Thật

- Tôi Chết Mỗi Ngày

Đã có một thời trước khi tin nhận Chúa, hàng ngày tôi phải vật lộn để chống chọi với bệnh tật, niềm vui duy nhất mà tôi có được lúc bấy giờ đó là đọc tiểu thuyết võ thuật. Những câu chuyện thường về trả thù.

Cốt truyện điển hình thường như sau: khi còn là một đứa trẻ, cha mẹ của người hùng bị giết bởi một kẻ thù. Anh ta hầu như thoát khỏi cuộc thảm sát bởi bàn tay của một người đầy tớ trong nhà. Khi lớn lên, anh ta gặp một bậc thầy về võ thuật. Bấy giờ chính anh ta đã trở thành một bậc thầy võ thuật rồi đi báo oán kẻ thù đã giết cha mẹ của mình. Những cuốn tiểu thuyết này nói rằng việc báo thù dẫu cho phải hy sinh mạng sống mình là một hành động phải lẽ và anh hùng. Tuy nhiên, trong Kinh Thánh sự giảng dạy của Chúa Giê-su khác hẳn với sự giảng dạy của thế gian.

Trong Ma-thi-ơ 5:43-45, Chúa Giê-su dạy rằng, *"Các ngươi có nghe lời phán rằng: Hãy yêu người lân cận, và hãy ghét kẻ thù nghịch mình. Song ta nói cùng các ngươi rằng: Hãy yêu kẻ thù nghịch, và cầu nguyện cho kẻ bắt bớ các ngươi, hầu cho các ngươi được làm con của Cha các ngươi ở trên trời; bởi vì Ngài khiến mặt trời mọc lên soi kẻ dữ cùng kẻ lành, làm mưa cho kẻ công bình cùng kẻ độc ác."*

Cuộc sống mà tôi đã sống là một cuộc sống tốt đẹp và thật thà. Hầu hết người ta đều nói rằng tôi là loại người 'không cần luật pháp.' Tuy nhiên, sau khi tin nhận Chúa và soi mình qua Lời Đức Chúa Trời mà tôi đã nghe được trong một buổi nhóm phục hưng, tôi đã nhận ra rằng trong lối sống của mình có rất nhiều điều sai trật. Tôi rất xấu hổ về mình vì đã nhận biết rằng ngôn từ mà tôi đã sử dụng, cách cư xử, những suy nghĩ, và ngay cả lương tâm của tôi đều là những thứ sai trật. Tôi đã hết lòng ăn năn trước mặt Chúa vì đã nhận biết rằng mình đã có một cuộc sống chẳng công chính chút nào.

Kể từ đó tôi cố gắng nhận biết sự công bình riêng và những rập khuôn về cách nghĩ để đánh đổ chúng. Tôi từ bỏ 'bản ngã' mình là thứ mà tôi đã tạo nên trước đây, tôi xem sự ấy như không có. Đọc Kinh Thánh, tôi quyết định làm lại cuộc đời theo lẽ thật. Tôi đã kiêng ăn và cầu nguyện không ngừng để giũ bỏ giả dối ra khỏi lòng mình. Kết quả, tôi đã có thể cảm nhận được rằng những sự xấu xa trong tôi đã được giũ bỏ và tôi bắt đầu nghe được tiếng phán và nhận được soi dẫn của Đức Thánh Linh.

Cho Đến Khi 'Bản Ngã' Con Người Được Hình Thành

Người ta hình thành nên tấm lòng và thiết lập giá trị của mình như thế nào? Đầu tiên là các yếu tố được thừa hưởng. Trẻ em giống với cha mẹ của chúng. Chúng kế thừa ngoại hình, sở thích, nhân cách, và đặc tính di truyền từ cha mẹ mình. Ở Hàn Quốc, người ta nói rằng họ nhận được 'máu của cha mẹ.' Nhưng thật ra không phải là máu mà là sinh lực, hay còn gọi là 'tánh khí.' 'Tánh khí' là tinh thể của tất cả năng lượng đến từ toàn bộ cơ thể. Tôi biết một gia đình, trong đó người con trai có một vết chàm lớn trên môi. Mẹ của ông cũng từng có một loại bớt ở cùng một chỗ, nhưng bà ấy đã phẫu thuật cắt bỏ. Mặc dù bà đã cắt bỏ, các vết chàm vẫn truyền lại cho con trai của mình.

Trứng và tinh trùng của con người có chứa năng lượng sống. Chúng không chỉ chứa diện mạo bên ngoài, mà còn chứa tính cách, khí chất, trí thông minh, và thói quen. Nếu 'tánh khí' của người cha mạnh hơn ở thời điểm thụ thai, đứa trẻ sẽ giống như người cha. Nếu 'tánh khí' của người mẹ mạnh hơn, thì đứa trẻ sẽ giống mẹ. Điều này làm cho tấm lòng của mỗi đứa trẻ khác nhau.

Ngoài ra, khi một người lớn lên và trưởng thành, anh ta học được nhiều thứ, và những điều đó cũng trở thành một phần của tấm lòng. Bắt đầu từ khoảng năm tuổi, người ta bắt đầu hình thành 'bản ngã' thông qua những gì được nhìn thấy, nghe, và học được. Vào khoảng 12 tuổi, người ta bắt đầu hình thành các giá trị cho các tiêu chuẩn phán xét. Khoảng 18 tuổi, 'bản ngã' của một con người trở nên vững vàng hơn. Tuy nhiên, vấn đề là chúng ta xem xét nhiều điều một cách sai trật như thể chúng thực sự đúng, và ghi nhớ chúng làm chân lý.

Có rất nhiều điều sai sự thật mà chúng ta học trong thế giới này. Tất nhiên trong trường học, chúng ta học được nhiều điều hữu ích và cần thiết cho cuộc sống của mình, nhưng có những điều được dạy mà không phải là sự thật, như thuyết tiến hóa của Đắc-uyn. Khi cha mẹ dạy cho con cái của họ, họ cũng dạy những điều không thật như thế ấy là sự thật. Giả sử một đứa trẻ đi chơi bên ngoài và bị một đứa hoặc những trẻ em khác đánh. Trong sự thất vọng của mình, các bậc cha mẹ thường nói một điều đại loại như, "Con cũng ăn ba lần mỗi ngày và cũng khỏe mạnh như bọn chúng, cớ sao lại phải chịu bị chúng đánh? Nếu chúng đánh con một, thì hãy đánh trả lại gấp hai lần! Chẳng phải con cũng có chân có tay như bọn chúng hay sao? Con phải học cách tự bảo vệ mình."

Trẻ em thường bị đối xử theo cách hạ thấp giá trị nếu chúng bị bạn bà mình đánh đập. Như vậy, những trẻ em nầy sẽ phát triển loại lương tâm như thế nào? Chúng hầu như cảm thấy rằng mình thật ngu ngốc nên đã để cho người khác đánh đập mình. Nếu bị đánh một, thì chúng nghĩ rằng mình có quyền đánh trả lại gấp đôi. Nói cách khác, chúng tiếp thu những điều xấu xa như thế ấy là sự tốt đẹp.

Những bậc cha mẹ là những người làm theo lẽ thật sẽ dạy con cái mình như thế nào? Họ tra xét tình hình rồi dạy bảo con cái mình bằng sự nhân từ và lẽ thật hầu cho chúng được hòa thuận nhau mà bảo rằng, "Con yêu, sao con không cố hiểu chúng? Và lại cũng nên xem con có làm gì sai không. Đức Chúa Trời dạy chúng ta hãy dùng sự nhân từ để thắng sự ác."

Nếu con cái chỉ được dạy bằng Lời Đức Chúa Trời trong mọi hoàn cảnh, lương tâm chúng có thể trở nên nhân từ và đúng đắn. Nhưng hầu hết các bậc cha mẹ đều dạy con cái mình bằng những gì không chân thật và giả dối. Khi cha mẹ nói dối, thì con cái họ cũng nói dối. Giả sử như có chuông điện thoại reo rồi cô con giá bắt máy lên. Cô ta lấy ta bịt ống nghe lại hầu cho người gọi không thể nghe được. Cô thưa cùng người cha, "Cha ơi, chú Tom muốn gặp cha." Rồi người lại bảo con gái mình rằng, "Nói với chú ấy là cha không có nhà."

Người con gái dò xét để biết ý muốn cha mình trước khi trao điện thoại cho người vì những sự việc như vậy vẫn thường xảy ra trong quá khứ. Người được dạy bảo với rất nhiều điều giả dối trong quá trình trưởng thành của mình, và đỉnh điểm của sự ấy là họ hình thành nên sự giả nối giống như vậy trong việc phán xét và buộc tội với cảm nhận riêng của mình. Bằng cách nầy lương tâm giả dối được hình thành.

Hơn nữa, hầu hết mọi người tự cho mình là trung tâm. Họ chỉ chạy theo lợi ích cá nhân và cho rằng mình là đúng đắn. nếu ý định hoặc những ý tưởng của người khác không phù hợp với ý tưởng của mình, họ nghĩ rằng những người khác là sai. Tuy nhiên, những người khác cũng có cách nghĩ giống như vậy. Cũng vậy, ngay cả trong số những người gần gũi với nhau, chẳng hạn như giữa vợ chồng hoặc cha mẹ và con cái. Hầu hết mọi người đều hình thành 'bản ngã' mình theo cách này, và do đó người ta không nên nhấn mạnh rằng chỉ có riêng anh ta hay chị ta là đúng.

Sự Công Bình Riêng và Những Rập Khuôn

Nhiều người hình thành nên các tiêu chuẩn đánh giá và hệ thống giá trị thông những hoạt động của linh hồn là thứ thuộc về sự giả dối. Do Vậy, họ làm theo sự công bình riêng và những rập khuôn của mình. Hơn nữa sự công bình riêng được hình thành bởi những sự giả dối mà họ nhận lấy từ thế gian và xem những giả dối ấy là lẽ thật. Những ai có sự công bình riêng như vậy sẽ không những tự cho mình mình là đúng vì họ theo những tiêu chuẩn của mình, mà còn áp đặt quan điểm và niềm tin của mình lên những người khác nữa.

Khi sự công bình riêng nầy được lập vững, sự ấy trở nên một khuôn mẫu. Nói cách khác, khuôn mẫu nầy là một cấu trúc hệ thống hình thành nên sự công bình riêng. Những khuôn khổ này được tạo nên dựa trên tính cách, sở thích của mỗi cá nhân, cách cư xử, lý thuyết, và suy nghĩ. Trong một tình huống mà cả hai lựa chọn đều có thể chấp nhận được, nếu chúng ta nhấn mạnh chỉ trên một trong những lựa chọn, và nếu quan điểm này được củng cố, nó sẽ trở thành khuôn khổ của chúng ta. Sau đó, một xu hướng được phát triển để trở nên lịch sự hơn đối với và sự chấp thuận của những người có sự ưu tiên tương tự, tính cách hoặc sở thích, nhưng đó cũng là một xu hướng ít khoan dung của những người không đồng ý với chúng ta. Điều này là do sự rập khuôn mang tính cá nhân.

Loại rập khuôn nầy có thể được thấy trong nhiều hình thức khác nhau trong cuộc sống hàng ngày của chúng ta. Một cặp vợ chồng mới cưới nhau có thể có tranh cãi về những chuyện nhỏ nhặt. Người chồng cho rằng phải bóp kem đánh răng từ dưới trong khi người vợ thì cho rằng có thể bóp từ bất kỳ điểm nào của ống kem. Nếu mỗi người cứ khăng khăng với cách của mình trong tình huống nầy, rất dễ có xung đột xảy ra đối với họ. Những xung đột phát sinh từ rập khuôn trong thói quen không giống nhau đối với mỗi người.

Giả sử có một nhân viên trong một công ty là người làm tất cả công việc của mình một mình mà không nhận được sự giúp đỡ của bất cứ ai. Đây là một trong những người có thói quen tự làm tất cả mọi thứ bởi vì họ đã lớn lên trong môi trường khó khăn và đã phải tự làm mọi việc. Sự ấy không phải là vì họ là kiêu ngạo. Vì vậy, nếu chúng ta đánh giá người như vậy là kiêu ngạo hay tự cho mình là trung tâm, thì đó cũng là một sự đánh giá không đúng đắn.

Trong hầu hết các trường hợp, theo quan điểm của lẽ thật, cả sự công bình riêng và sự rập khuôn cá nhân đều mang tính khiếm khuyết. Sự khiếm khuyết này sinh ra từ tấm lòng không chân thật là tấm lòng không phục vụ người khác mà chỉ tìm kiếm lợi ích riêng. Ngay cả các tín hữu cũng có sự công bình riêng và những rập khuôn của mình, song họ không nhận biết được sự tồn tại của chúng.

Họ nghĩ rằng họ lắng nghe Lời Chúa và đã giũ bỏ tội lỗi đến mức độ nào đó, và họ biết lẽ thật. Với kiến thức này, họ bày tỏ sự công riêng của mình. Họ phán xét về đời sống đức tin của người khác. Họ cũng so sánh mình với người khác và nghĩ rằng mình giỏi hơn so với những người khác. Vào một lúc nào đó họ chỉ nhìn thấy điểm tốt ở người khác, nhưng sau đó họ bắt đầu thay đổi và bấy giờ, thay vào đó họ chỉ nhìn thấy những thiếu sót của người ấy. Họ khăng khăng với quan điểm của mình nhưng lại nói rằng họ làm như vậy là vì vương quốc của Đức Chúa Trời.

Một số người nói như thể họ biết tất cả mọi thứ và họ là công bình. Họ luôn luôn nói về thiếu sót của người khác và đưa ra những xét đoán về những người đó. Điều nầy có nghĩa là họ không thể thấy thiếu sót của mình, nhưng chỉ thấy sự ấy ở những người khác.

Trước khi được biến đổi hoàn toàn bởi lẽ thật, hết thảy chúng ta đều có sự công bình riêng và hình thành nên những rập khuôn. Tùy vào mức độ xấu xa mà chúng ta có trong lòng, chúng ta sẽ có những sự vận hành của tâm hồn thuộc về sự giả dối hơn là sự vận hành thuộc về lẽ thật. Kết quả, chúng ta xét đoán và buộc tội người khác theo sự công bình riêng và những rập khuôn của mình. Để có một đời sống tâm linh trưởng thành, chúng ta phải xem hết thảy những ý tưởng và luận thuyết của mình là những thứ chẳng có giá trị gì. Chúng ta phải đánh đổ sự công bình riêng cùng những rập khuôn của mình và phải có sự vận hành của tâm hồn thuộc về lẽ thật.

Để Có Những Họat Động của Tâm Hồn Thuộc về Lẽ Thật

Chúng ta có thể trưởng thành thuộc linh và trở nên con cái thật của Đức Chúa Trời khi chúng ta thay đổi những hoạt động tâm hồn thuộc về sự giả dối thành những hoạt động thuộc về lẽ thật. Vậy, chúng ta phải làm gì để có những họat động của tâm hồn thuộc về lẽ thật?

Trước tiên, chúng ta phải nhận thức rõ và phân biệt tất cả

mọi thứ theo tiêu chuẩn của lẽ thật.

Mọi người có lương tâm khác nhau, và các tiêu chuẩn của thế gian cũng khác nhau theo thời gian, địa điểm, và các nền văn hóa. Ngay cả khi chúng ta hành động một cách đúng đắn, nhưng vẫn có thể bị một số người khác xem là không đúng bởi họ có hệ thống giá trị khác với chúng ta.

Người ta hình thành nên giá trị và thái độ có thể chấp nhận được của họ trong các môi trường và các nền văn hóa khác nhau, do đó chúng ta không được phán xét người khác với các tiêu chuẩn riêng của mình. Tiêu chuẩn cuối cùng và duy nhất mà chúng ta có thể phân biệt giữa đúng với sai và giữa lẽ thật với sự giả dối, ấy là Lời Đức Chúa Trời, là Lời chân lý.

Trong số những điều mà người thế gian xem là đúng đắn và hợp lý, có những điều hợp với Kinh Thánh, nhưng cũng có nhiều thứ không. Giả sử một trong những người bạn của chúng ta phạm tội, nhưng khiến một người khác bị buộc tội oan. Trong trường hợp này, hầu hết mọi người sẽ nghĩ rằng việc không tiết lộ sự phạm tội của bạn mình là điều có thể chấp nhận được. Nhưng nếu chúng ta cứ giữ im lặng trong khi biết rõ sự vô tội của người bị cáo buộc oan, hành động của chúng ta không bao giờ được coi là công chính trước mặt Đức Chúa Trời.

Trước khi tin Chúa, khi đến thăm nhà một người nào đó vào lúc gần đến bữa ăn và nếu họ hỏi rằng, tôi đã ăn chưa, tôi thường trả lời, "Vâng, tôi đã ăn rồi." Tôi không bao giờ nghĩ rằng điều ấy là không đúng, vì nói vậy là để người ta thấy thỏa mái. Nhưng trong ý nghĩa thuộc linh, điều nầy có thể là một tì vết trước mặt Đức Chúa Trời vì thật ra thì chẳng phải như vậy, mặc dù điều ấy không phải là một tội lỗi. Sau khi nhận biết được điều nầy, tôi đã sử dụng cách nói khác chẳng hạn như, "Tôi chưa ăn, nhưng tôi không muốn ăn bây giờ."

Để phân biệt được mọi thứ bởi lẽ thật, chúng ta nên lắng nghe và học hỏi Lời của lẽ thật và khắc ghi lời đó trong lòng mình. Chúng ta nên đọc Kinh Thánh và thoát khỏi các tiêu chuẩn sai lầm mà chúng ta đã hình thành bởi sự giả dối của đời nầy. Bất kỳ là sự khôn ngoan như thế nào trong thế gian nầy, nhưng ấy là điều nghịch với Lời Đức Chúa Trời, thì chúng ta nên quăng xa điều ấy ra khỏi đời sống mình.

Thứ nhì, để có những hoạt của tâm hồn thuộc về lẽ thật, cảm xúc và tình cảm của chúng ta phải dựa trên lẽ thật.

Cách chúng ta tiếp nhận sự việc như thế nào đóng một vai trò quan trọng khi chúng ta cố gắng cảm nhận dựa trên lẽ thật. Tôi thấy một người mẹ la mắng con mình rằng, "Nếu con làm vậy, ông mục sư sẽ quở trách con!" Bà ta khiến cho con mình cảm thấy rằng mục sư là người đáng sợ. Một đứa trẻ như vậy sẽ cảm thấy có điều gì đó đáng sợ và muốn né tránh ông mục sư hơn là muốn ở gần ông ta khi cậu ta lớn lên.

Trước đây, tôi nhìn thấy một cảnh trong bộ phim nọ. Cô gái

rất thân thiện với một con voi, và con voi sử dụng chiếc vòi của mình quấn vào cổ cô gái. Một ngày nọ, trong khi cô gái này đang ngủ, một con rắn độc đến và quấn lên cổ cô ta. Nếu cô ấy biết đó là một con rắn độc, cô sẽ cảm thấy kinh hãi và hoảng sợ. Nhưng cô ta đã nhắm mắt lại và ngủ đi vì chỉ nghĩ rằng đó là chiếc vòi của con voi. Nên cô chẳng thấy có gì đáng ngạc nhiên. Thay vào đó, cô cảm thấy rất thân thiện. Tùy theo suy nghĩ mà người ta có cảm xúc khác nhau.

Những cảm xúc trở nên khác nhau tùy theo cách chúng ta nghĩ. Những người cảm thấy gớm ghiếc bởi giòi, sâu, hoặc rết nhưng lại ưa thích thưởng thức hương vị thơm ngon của thịt gà mặc dù gà ăn những thứ như vậy. Bấy giờ chúng ta có thể biết cảm xúc là một cái gì đó phụ thuộc vào suy nghĩ mình. Bất kể loại người nào chúng ta gặp hay công việc gì chúng ta làm, chúng ta nên suy nghĩ và cảm nhận theo sự tốt đẹp.

Trên hết, để chúng ta suy nghĩ và cảm nhận theo những cách tốt đẹp trong mọi sự, chúng ta luôn luôn phải nhìn thấy, nghe, và tiếp thu chỉ những thứ tốt. Điều nầy đặc biệt đúng trong thời buổi ngày nay khi mà chúng ta có thể nhìn thấy mọi thứ qua các phương tiện truyền thông đại chúng hoặc Internet. Hơn bất kỳ lúc nào trong lịch sử nhân loại, ngày nay chúng ta thấy sự gian ác, tàn nhẫn, bạo lực, lừa đảo, tự lấy mình làm trung tâm, xảo quyệt, và sự phản bội ngày càng thắng thế chung quanh chúng ta. Để chúng ta giữ mình trong lẽ thật, tốt hơn là chúng ta không nên nghe, nhìn hay tiếp thu những thứ như vậy. Tuy nhiên, ngay cả khi chúng ta phải đối mặt với những điều đó, tại thời điểm ấy chúng ta có thể tiếp thu sự việc theo lẽ thật và sự thiện lành. "Làm thế nào?" chúng ta hỏi!

Ví dụ, những người nghe những câu chuyện đáng sợ về ma quỷ hay ma cà rồng khi còn tuổi trẻ có cảm giác sợ hãi về chúng, đặc biệt là nếu họ ở một mình trong bóng tối sau khi xem một bộ phim kinh dị. Họ rùng mình hoặc cảm thấy kinh hãi nếu họ nghe bất kỳ âm thanh lạ nào hoặc nhìn thấy các hình bóng kỳ lạ. Nếu ở một mình, một điều gì đó rất nhỏ xảy ra có thể khiến họ bị sốc vì sự sợ hãi mình.

Nhưng nếu sống trong sự sáng, Đức Chúa Trời sẽ che chở chúng ta, các ác linh sẽ không thể đến gần chúng ta. Thay vào đó, sự sáng thuộc linh ra từ chúng ta sẽ khiến những ác linh run sợ. Nếu hiểu được sự thật nầy, chúng ta có thể thay đổi cảm nghĩ của mình. Tự lòng mình chúng ta hiểu rằng các ác linh chẳng phải là những thứ đáng sợ, nhờ đó cảm nghĩ của chúng ta có thể cũng được thay đổi. Vì chúng ta có thể khuất phục thế giới tối tăm, cho dù ma quỉ có xuất hiện, chúng ta chỉ việc nhân danh Chúa Giê-su Christ mà đuổi chúng đi.

Chúng ta hãy xem xét thêm một trường hợp mà ở đó người ta có cảm nhận không đúng. Tôi lên đường tham dự một cuộc hành hương cùng các thành viên hội thánh khoảng 20 năm trước đây. Có một bức tượng khỏa thân của người đàn ông trong một sân vận động ở Hy Lạp. Có một đoạn văn được viết nhằm khuyến khích tập thể dục thể thao vì những con người khỏe mạnh là nền tảng của một quốc gia lành mạnh. Tại đây tôi có thể thấy sự khác biệt giữa khách du lịch từ các nước khác ở châu Âu với các thành viên hội thánh chúng tôi.

Một số các thành viên nữ chụp ảnh ở phía trước của bức tượng một cách vô tư, nhưng một số người nữ khác thì đỏ mặt. Họ tránh nơi ấy như thể họ đã nhìn thấy một cái gì đó mà họ không nên nhìn. Lý do tại sao họ đỏ mặt trước bức tượng là bởi vì họ có tâm trí ngoại tình. Họ có một cảm giác không đúng về sự trần truồng, và họ đã có loại đó cảm giác đó khi nhìn thấy bức tượng của một người đàn ông trần truồng. Những người như vậy thậm chí có thể đưa ra lời cáo buộc những người đến gần để quan sát kỹ một bức tượng như vậy. Tuy nhiên, những khách du lịch châu Âu dường như không có bất kỳ bối rối hay bất kỳ loại cảm xúc tương tự nào. Họ quan sát bức tượng và đánh giá cao về một tác phẩm nghệ thuật tuyệt vời.

Trong trường hợp này, không ai nên đánh giá những khách du lịch châu Âu rằng họ là những người vô liêm sỉ. Nếu chúng ta hiểu các nền văn hóa khác nhau và thay đổi cảm giác không thật thành những cảm giác chân thật, chúng ta không phải cảm thấy bối rối hay xấu hổ. A-đam từng sống trong sự trần truồng của mình khi ông không có tri thức về xác thịt, vì người không có bất kỳ tâm trí ngoại tình nào, một lối sống như vậy là một lối sống tốt đẹp hơn nhiều.

Thứ ba, để có các hoạt động của linh hồn thuộc về lẽ thật chúng ta không nên chấp nhận những điều chỉ xuất phát từ quan điểm riêng của mình, nhưng cũng từ những quan điểm

của người khác nữa.

Nếu chúng ta chỉ chấp nhận những sự việc và tình huống theo quan điểm kinh nghiệm của riêng mình, cũng như theo cách mình nghĩ, sẽ có nhiều hoạt động giả dối của tâm hồn sẽ dấy lên. Chúng ta có thể thêm vào hay bớt đi những gì người khác đã nói theo suy nghĩ riêng. Chúng ta có thể hiểu lầm, phán xét, lên án, và làm sinh ra cảm xúc không tốt.

Giả sử một người bị thương trong một tai nạn đang phàn nàn về nỗi đau quá thể của mình. Những người chưa có kinh nghiệm đau đớn như vậy hoặc những người có khả năng chịu đựng lớn đối với đau đớn có thể nghĩ rằng người đó đang làm ầm lên từ một điều nhỏ nhặt như vậy. Nếu chúng ta chỉ chấp nhận lời nói của người khác dựa trên quan điểm và kinh nghiệm của mình, chúng ta sẽ có những hoạt động không trung thực của tâm hồn. Nếu chúng ta cố gắng đứng về phía quan điểm của người khác để hiểu họ, chúng ta có thể hiểu được người ấy và nỗi đau ghê gớm mà anh ta đang phải chịu.

Chỉ cần hiểu hoàn cảnh của người khác và chấp nhận họ, chúng ta sẽ hòa thuận với tất cả mọi người. Chúng ta sẽ không thù ghét hay có bất cứ điều gì khó chịu trong mình. Mặc dù chúng ta bị đau đớn vì thương tích hoặc sự bất lợi do người khác gây ra, nhưng nếu hiểu cho người ấy trước, chúng ta sẽ không ghét anh ta mà vẫn yêu thương người. Nếu chúng ta biết về tình yêu của Chúa Giê-su, Đấng đã bị đóng đinh trên thập tự giá vì chúng ta và ân sủng của Đức Chúa Trời, chúng ta có thể yêu thương ngay cả kẻ thù mình. Đó là trường hợp đối với Ê-tiên. Ngay cả khi người bị ném đá đến chết mà không có bất kỳ tội lỗi gì. Ê-tiên đã không ghét những người đã ném đá mình nhưng đã cầu nguyện cho họ.

Nhưng đôi khi chúng ta có thể thấy rằng để có các hoạt động của linh hồn thuộc về chân lý như chúng ta muốn là điều không phải dễ dàng. Vì vậy, chúng ta luôn luôn phải cảnh giác về lời nói và việc làm của mình và cố gắng thay đổi hoạt động của linh hồn thuộc về những sai lệch thành những hoạt động thuộc về lẽ thật. Chúng ta có thể có các hoạt động của linh hồn thuộc về lẽ thật bởi ân sủng và quyền năng của Đức Chúa Trời cùng sự giúp đỡ của Đức Thánh Linh khi chúng ta cầu nguyện và tiếp tục cố gắng.

Tôi Chết Mỗi Ngày

Sứ đồ Phao-lô đã từng bắt bớ các Cơ Đốc nhân vì ông rất cứng rắn theo sự công bình riêng và tư tưởng rập khuôn của mình. Nhưng sau khi gặp Chúa, ông nhận biết rằng tinh thần rập khuôn và sự công bình riêng của mình là không đúng, nên ông tự hạ mình xuống đến mức ông đã xem tất cả những gì mà ông đã từng có như rơm rác. Lúc đầu, ông đã có cuộc tranh chiến trong lòng ấy là sự hiện diện của điều ác trong ông tranh chiến với kẻ muốn làm điều thiện (Rô-ma 7:24).

Nhưng ông đã công bố sự tạ ơn vì tin rằng luật của sự sống và Đức Thánh Linh trong Đấng Christ đã phóng thích ông khỏi luật của tội lỗi và sự chết. Trong Rô-ma 7:25, ông nói rằng, *"Cảm tạ Đức Chúa Trời, nhờ Đức Chúa Jêsus Christ, là Chúa chúng ta! Như vậy, thì chính mình tôi lấy trí khôn phục luật pháp của Đức Chúa Trời, nhưng lấy xác thịt phục luật pháp của tội lỗi."* còn trong 1 Cô-rinh-tô 15:31, *"Hỡi anh em, tôi chết hằng ngày, thật cũng như anh em là sự vinh hiển cho tôi trong Đức Chúa Giê-su Christ, là Chúa chúng ta."*

Ông nói, "tôi chết hàng ngày", điều này có nghĩa rằng hàng ngày ông cắt bì lòng mình. Ấy là, ông giũ bỏ những điều giả dối trong mình như lòng tự hào, căm thù, tính độc đoán, phán xét, sự tức giận, kiêu ngạo, và tham lam. Như đã xưng nhận, ông đã quăng xa chúng bằng cách tranh chiến chống lại những thứ ấy cho đến mức đổ máu. Đức Chúa Trời đã ban cho ông ân sủng và sức lực, và bởi sự vùa giúp của Đức Thánh Linh, ông đã biến đổi thành một con người thuộc linh là kẻ chỉ có hoạt động duy nhất của linh hồn trong lẽ thật. Cuối cùng ông đã trở thành một sứ đồ đầy quyền năng là người truyền bá phúc âm trong khi bày tỏ nhiều dấu lạ và sự kỳ diệu.

Chương 3
Công Việc của Xác Thịt

Một số người phạm tội ghen tuông, đố kỵ, xét đoán, buộc tội, và ngoại tình trong tâm trí mình. Mặc dù không được biểu hiện ra bên ngoài, nhưng ấy là sự phạm tội vì họ có các thuộc tính tội lỗi trong mình.

- Xác Thịt và Những Việc Làm của Thân Thể

- Ý Nghĩa của 'Xác Thịt thì Yếu Đuối'

- Những Sự Thuộc về Xác Thịt: Những Tội Phạm trong Tâm Trí

- Sự Ham Muốn của Xác Thịt

- Sự Mê Tham của Mắt

- Sự Kiêu Ngạo của Đời

Đối với những người có tâm linh đã chết, linh hồn của họ trở thành chủ nhân và cai quản trên cơ thể mình. Giả sử chúng ta đang khát, và muốn uống một thứ gì đó. Bấy giờ linh hồn truyền cho tay lấy một chiếc ly thủy tinh và đưa nó vào miệng mình. Tuy nhiên, tại thời điểm này, nếu có ai đó ném những lời lăng mạ vào chúng ta và khiến ta tức giận, chúng ta có thể muốn đập vỡ chiếc ly. Loại hoạt động nầy của linh hồn là gì?

Điều này xảy ra khi Sa-tan xúi giục linh hồn thuộc về xác thịt. Con người nhận lấy công việc của kẻ thù là ma quỉ và Sa-tan tùy theo mức độ của sự giả dối mà họ có trong lòng. Nếu họ chấp nhận công việc của Sa-tan, họ trở nên có những ý nghĩ giả dối, và nếu họ chấp nhận các công việc của ma quỉ, những công việc giả dối ấy sẽ tỏ ra.

Suy nghĩ đập vỡ chiếc ly ra từ sự giận dữ và do Sa-tan mang đến, nếu chúng ta dám nghĩ dám làm và thực sự đập vỡ chiếc ly, đó là công việc của ma quỉ. Suy nghĩ ấy được gọi là 'công việc của xác thịt' còn hành động ấy được gọi là 'việc làm của xác thịt.' Lý do tại sao chúng ta có các hoạt động của linh hồn và hành động thuộc về sự giả dối là vì bản chất tội lỗi đã được gieo vào chúng ta bởi kẻ thù ma quỉ và Sa-tan từ khi A-đam bị sa ngã và đã được kết hợp với các bộ phận của con người.

Xác Thịt và Những Việc Làm của Thân Thể

Rô-ma 8:13 nói rằng, *"...nếu anh em sống theo xác thịt thì phải chết; song nếu nhờ Thánh Linh, làm cho chết các việc của thân thể, thì anh em sẽ sống."*

'Anh em phải chết' ở đây ý nói rằng anh em phải đối diện với sự chết đời đời, đó là Địa ngục. Vậy nên, 'xác thịt' không những nói đến thân thể hữu hình của chúng ta, mà 'xác thịt' còn có một ý nghĩa thuộc linh.

Kế đến, câu Kinh thánh trên nói rằng nếu nhờ Thánh Linh, làm cho chết các việc của thân thể, thì chúng ta sẽ sống. Liệu điều nầy có nghĩa rằng chúng ta phải thoát khỏi các công việc của thân thể như ngồi, nằm, ăn và những việc tương tự? Tất nhiên là không! Ở đây, 'thân thể' là vỏ hoặc vật chứa mà từ đó tri thức về tâm linh do Đức Chúa Trời ban cho loài người đã rò rỉ ra ngoài. Để hiểu được ý nghĩa thuộc linh này, chúng ta phải tìm hiểu xem A-đam đã từng là loại con người như thế nào.

Khi A-đam còn là một loài sinh linh, cơ thể của người có giá trị và bất diệt. Người đã chẳng già đi và không thể chết hay bị hư mất. Người đã có thân thể thiêng liêng, sáng láng, và xinh đẹp. Hành vi của người cũng xứng đáng hơn bất kỳ nhà quý tộc nào ở đời nầy. Nhưng từ thời điểm mà tội lỗi đã thâm nhập vào ông và như một kết quả của tội lỗi của mình, thân thể ông đã trở thành một thân thể không có giá trị là thứ chẳng có gì hơn thú vật.

Chúng ta hãy xem một ẩn dụ. Khi có một chiếc cốc có chứa chất lỏng bên trong, chiếc cốc có thể so sánh với thân thể chúng ta, còn chất lỏng là tâm linh. Cùng một chiếc cốc có thể có giá trị khác nhau tùy theo loại chất lỏng được chứa trong đó. Cũng giống như vậy đối với thân thể của A-đam.

Là một loài sinh linh, A-đam đã từng chỉ có kiến thức về lẽ thật như tình yêu, sự nhân từ, trung thực, sự công bình, và sự sáng của Đức Chúa Trời, là những thứ do chính Đức Chúa Trời ban cho. Nhưng khi tâm linh người đã chết, các kiến thức về chân lý trong người bị rò rỉ ra, và thay vì sự thật, người đã bị trao cho những điều xác thịt bởi kẻ thù là ma quỉ và Sa-tan. Người đã thay đổi và làm theo sự giả dối và điều đó đã trở thành một phần của người. Kinh thánh nói rằng, 'Nhờ Thánh Linh, làm cho chết các việc của thân thể.' Ở đây 'các việc của thân thể' nói đến những hành động ra từ thân thể là những thứ kết hợp với sự giả dối.

Ví dụ, có nhiều người vung nắm tay lên cao, đóng mạnh cửa hoặc thể hiện các hành vi thô bạo với người khác khi họ nổi cơn tức giận. Một số người sử dụng những từ ngữ thô tục trong mỗi lời nói mình. Một số người thì nhìn vào người khác phái với lòng ham muốn và những người khác thì thể hiện hành vi dâm dục.

Việc làm của thân thể không chỉ nói đến sự phạm tội tỏ tường mà còn tất cả các hành động khác không trọn vẹn trước mặt Đức Chúa Trời. Khi nói chuyện với người khác, một số người vô tình chỉ ngón tay mình vào người ta hoặc vào đồ vật.

153

Một số người lớn tiếng khi nói chuyện với người khác đến mức nghe như đang cãi lộn. Những điều này có vẻ nhỏ nhặt, nhưng chúng là những hành động ra từ thân thể được kết hợp với sự giả dối.

Từ 'xác thịt' được tìm thấy xuất hiện thường xuyên trong Kinh Thánh. Trong Giăng 1:14, từ 'xác thịt' được sử dụng với nghĩa văn tự của nó, *"Ngôi Lời đã trở nên xác thịt, ở giữa chúng ta, đầy ơn và lẽ thật; chúng ta đã ngắm xem sự vinh hiển của Ngài, thật như vinh hiển của Con một đến từ nơi Cha."* Nhưng từ nầy thường được sử dụng với ý nghĩa thuộc linh hơn.

Rô-ma 8:5 nói rằng, *"Thật thế, kẻ sống theo xác thịt thì chăm những sự thuộc về xác thịt; còn kẻ sống theo Thánh Linh thì chăm những sự thuộc về Thánh Linh."*

Ở đây, 'xác thịt' được sử dụng theo ý nghĩa thuộc linh, nói đến bản tánh tội lỗi được kết hợp với thân thể. Ấy là sự kết hợp giữa thân thể và bản tánh tội lỗi từ nơi mà tri thức lẽ thật đã bị rò rỉ ra ngoài. Kẻ thù ma quỷ và Sa-tan đã gieo vào con người đủ thứ bản tánh tội lỗi, rồi chúng trở nên kết hợp với thân thể. Chúng không được bày tỏ ngay bằng hành động, song những thuộc tính nầy bấy giờ đã hiện hữu trong con người hầu cho chúng có thể bộc lộ bằng việc làm bất kỳ lúc nào. Khi đề cập đến các thuộc tính xác thịt nầy, chúng ta nói đó là 'công việc của xác thịt.' Hận thù, đố kỵ, ghen ghét, sự dối trá, xảo quyệt, kiêu ngạo, giận dữ, phán xét, lên án, ngoại tình, và tham lam, tất cả hiệp lại với nhau được gọi là 'xác thịt', và mỗi bản tánh trong số chúng là 'một công việc của xác thịt.'

Ý Nghĩa của 'Xác Thịt thì Yếu Đuối'

Khi Chúa Giê-su đang cầu nguyện tại Ghết-sê-ma-nê, các môn đệ đã ngủ. Chúa Giê-su phán cùng Phi-e-rơ rằng, *"Hãy thức canh và cầu nguyện, kẻo các ngươi sa vào chước cám dỗ; tâm thần thì muốn lắm, mà xác thịt thì yếu đuối"* (Ma-thi-ơ 26:41). Nhưng điều nầy không có nghĩa rằng thân thể của các môn đệ thì yếu đuối. Phi-e-rơ có một thân hình cường tránh vì người từng là một dân chài. Vậy, "xác thịt thì yếu đuối" có nghĩa gì?

Điều nầy ý nói rằng vì Phi-e-rơ chưa nhận lãnh Đức Thánh Linh, nên người chỉ là một con người xác thịt là kẻ chưa quăng xa hết tội lỗi và do đó người chưa tu dưỡng được thân thể mình để trở nên thân thể thuộc về thiên thượng. Khi một con người quăng xa tội lỗi để bước vào lĩnh vực thiêng liêng, ấy là trở nên một con người thuộc linh và là một con người của lẽ thật, tâm hồn và thân thể của người sẽ được quản trị bởi tâm linh. Do vậy, cho dù thân thể rất mệt mỏi, nhưng nếu chúng ta có lòng muốn tỉnh thức, chúng ta sẽ không phải ngủ gục.

Tuy nhiên, vào thời điểm đó Phi-e-rơ chưa trở thành con người thuộc linh, do đó ông không thể làm chủ các thuộc tánh xác thịt của mình như mệt mỏi va lười biếng. Vì vậy, mặc dù ông muốn tỉnh thức nhưng không thể. Người đang ở trong những giới hạn thuộc thể. Ở trong những giới hạn thuộc thể như vậy có nghĩa là ở trong sự yếu đuối của xác thịt. Đó là ý nghĩa của 'xác thịt thì yếu đuối.'

Nhưng sau sự sống lại và thăng thiên của Đức Chúa Giê-su Christ, Phi-e-rơ đã nhận được Thánh Linh. Bấy giờ người không những vượt qua thuộc tánh xác thịt mình mà còn chữa lành nhiều người bệnh và thậm chí khiến kẻ chết sống lại. Ông đã truyền bá Phúc âm với đức tin mạnh mẽ và lòng dũng cảm đến mức ông đã chọn được đóng đinh ngược.

Trong trường hợp của Chúa Giê-su, Ngài đã truyền bá phúc âm của vương quốc Đức Chúa Trời và ngày đêm chữa lành người bệnh, mặc dù Ngài không thể ăn hay ngủ một cách thích đáng. Nhưng vì tâm linh Ngài kiểm soát thân thể, ngay cả trong tình huống Ngài đã rất mệt mỏi, Chúa Giê-su vẫn có thể cầu nguyện cho đến khi mồ hôi đã trở thành như những giọt máu rơi xuống đất. Chúa Giê-xu không có nguyên tội cũng không có kỷ tội. Vì vậy, Ngài có thể kiểm soát thân thể mình bởi tâm thần.

Một số tín hữu phạm tội và đưa ra lời bào chữa mà rằng, vì "Xác thịt tôi yếu đuối." Họ nói như vậy là vì không hiểu được ý nghĩa thiêng liêng của cụm từ nầy. Chúng ta phải hiểu rằng Chúa Giê-su đổ huyết trên thập tự giá không chỉ để cứu chuộc chúng ta khỏi tội lỗi mà còn khỏi những yếu đuối của chúng ta nữa. Chúng ta có thể được mạnh mẽ về phần hồn và thân thể để làm những việc vượt qua giới hạn của con người nếu chúng ta chỉ có đức tin và vâng theo Lời Chúa. Hơn nữa, chúng ta có sự vùa giúp Đức Thánh Linh, và do đó chúng ta không nên nói rằng mình không thể cầu nguyện hoặc không có sự lựa chọn nào khác, mà phải phạm tội bởi vì xác thịt của mình là yếu đuối.

Những Sự Thuộc về Xác Thịt: Những Tội Phạm trong Tâm Trí

Nếu con người có bản tánh xác thịt, ấy là có bản tánh tội lỗi đã hiệp với thân thể mình, họ phạm tội không chỉ trong tâm trí mà còn bằng việc làm. Nếu có các thuộc tính của sự dối trá, họ sẽ lừa gạt người khác trong một tình huống không thuận lợi. Nếu phạm tội trong lòng mà không phải bằng việc làm, ấy là một 'sự thuộc về xác thịt.'

Giả sử chúng ta nhìn thấy một món đồ trang sức đẹp của người lân cận mình. Cho dù chúng ta chỉ nghĩ đến việc lấy đi hoặc ăn cắp món đồ ấy, bấy giờ chúng ta đã phạm tội trong lòng. Hầu hết mọi người đều không xem điều này là tội lỗi. Nhưng Đức Chúa Trời dò xét tấm lòng, và thậm chí ngay cả kẻ thù ma quỷ và Sa-tan cũng biết được con người có loại tâm trí nầy, nên chúng có thể mang đến những cáo buộc chống lại tội lỗi như vậy, đó là một sự thuộc về xác thịt.

Trong Ma-thi-ơ 5:28 Chúa Giê-su phán rằng, "...*Hễ ai ngó đàn bà mà động tình tham muốn, thì trong lòng đã phạm tội tà dâm cùng người rồi.*" Còn trong 1 Giăng 3:15 thì nói rằng, "*Ai ghét anh em mình, là kẻ giết người; anh em biết rằng chẳng một kẻ nào giết người có sự sống đời đời ở trong mình.*" Nếu chúng ta phạm tội trong lòng, điều nầy có nghĩa là chúng ta đặt nền móng cho sự phạm tội thật sự bằng việc làm.

Chúng ta có thể nở một nụ cười trên môi để giả vờ rằng mình yêu thương một ai đó cho dù chúng ta căm ghét và muốn đánh vào người ấy. Nếu như có điều gì đó xảy ra và chúng ta không thể chịu đựng được nữa, cơn giận chúng ta sẽ nổ tung ra để rồi chúng ta có thể tranh cãi hoặc đánh nhau với người đó. Nhưng nếu quăng xa hết bản tánh tội lỗi về sự căm ghét, chúng ta sẽ chẳng bao giờ ghét người đó cho dù người ấy có gây khó khăn cho chúng ta.

Như có chép trong Rô-ma 8:13, *"...nếu anh em sống theo xác thịt thì phải chết,"* nếu không quăng xa hết mọi sự thuộc về xác thịt thì cuối cùng chúng ta cũng sẽ phạm đến những công việc của xác thịt. Tuy nhiên, Kinh thánh cũng cho chúng ta biết rằng, *"...nhưng nếu nhờ Thánh Linh, làm cho chết các việc của thân thể, thì anh em sẽ sống."* Thế thì, để có những việc làm tin kính và thánh khiết khi chúng ta lần lượt quăng xa những sự thuộc về xác thịt là điều có thể làm được. Vậy, làm thế nào chúng ta có thể thoát khỏi những sự thuộc về những việc làm của xác thịt?

Rô-ma 13:13-14 chép rằng, *"Hãy bước đi cách hẳn hoi như giữa ban ngày. Chớ nộp mình vào sự quá độ và say sưa, buông tuồng và bậy bạ, rầy rà và ghen ghét; nhưng hãy mặc lấy Đức Chúa Giê-su Christ, chớ chăm nom về xác thịt mà làm cho phỉ lòng dục nó."* Còn 1 Giăng 2:15-16 nói rằng, *"Chớ yêu thế gian, cũng đừng yêu các vật ở thế gian nữa; nếu ai yêu thế gian, thì sự kính mến Đức Chúa Cha chẳng ở trong người ấy. Vì mọi sự trong thế gian, như sự mê tham của xác thịt, mê tham của mắt, và sự kiêu ngạo của đời, đều chẳng từ Cha mà đến, nhưng từ thế gian mà ra."*

Từ những câu nầy, chúng ta có thể nhận biết rằng mọi sự trong thế gian gây nên sự ham muốn của xác thịt, sự mê tham của mắt, và sự kiêu ngạo của đời. Sự mê tham là nguồn sức mạnh thúc đẩy con người tìm kiếm và chấp nhận xác thịt dễ hư mất. Đây là một lực tương tác mạnh khiến người ta cảm thấy thế gian là tốt đẹp và đem lòng yêu mến nó.

Chúng ta hãy trở lại cảnh Ê-va bị con rắn cám dỗ qua Sáng thế ký 3:6: *"Người nữ thấy trái của cây đó bộ ăn ngon, lại đẹp mắt và quí vì để mở trí khôn, bèn hái ăn, rồi trao cho chồng đứng gần mình, chồng cũng ăn nữa."*

Con rắn nói với bà Ê-va rằng bà có thể trở nên giống như Đức Chúa Trời. Bấy giờ bà đã chấp nhận lời ấy, bản chất tội lỗi thâm nhập vào bà và tự định cư với tư cách xác thịt. Bấy giờ, những ham muốn của xác thịt đến và trái cây trông có vẻ ăn ngon. Sự mê tham của mắt đến và trái cây đó trông có vẻ đẹp mắt. Sự kiêu ngạo của đời đến và trái cây là niềm mong muốn để làm cho một người trở nên khôn ngoan. Khi Ê-va chấp nhận sự ham muốn như vậy, bà muốn ăn trái đó và đã làm như vậy. Bà chẳng hề có ý định bất tuân Lời Đức Chúa Trời, nhưng khi bà bị ham muốn mình thúc đẩy, trái cây nhìn có vẻ tốt và đẹp mắt. Vì bà mong muốn trở nên giống như Đức Chúa Trời, cuối cùng đã không làm theo Lời Ngài.

Những ham muốn của xác thịt, mê tham của mắt, và niềm tự hào khoe khoang của cuộc sống làm cho chúng ta cảm thấy tội lỗi và xấu xa là tốt và đáng yêu. Bấy giờ, sự hạm muốn sinh ra những sự thuộc về xác thịt và cuối cùng là những công việc của xác thịt. Vì vậy, để cắt đứt những điều xác thịt, trước hết, chúng ta phải cắt đứt ba loại ham muốn. Sau đó, chúng ta có thể bắt đầu quăng xa chính bản chất của xác thịt ra khỏi lòng mình.

Ví bằng bà Ê-va biết được nỗi đau do việc ăn trái cây sẽ gây ra là thể nào, hẳn bà đã không cảm thấy trái cây đó bộ ăn ngon và đẹp mắt. Nhưng bà đã cảm thấy ghê tởm thậm chí không muốn đụng vào, hoặc có nhìn thấy cũng chẳng hề nghĩ đến việc ăn. Tương tự như vậy, nếu chúng ta nhận biết được nỗi đau do việc yêu mến thế gian sẽ mang lại là thể nào và rằng sự ấy sẽ khiến chúng ta sẽ sa vào hình phạt nơi Địa Ngục, chắc chắn chúng ta sẽ không yêu mến thế gian. Một khi nhận biết được tính hư không của hết thảy những điều phàm tục và tội lỗi ô uế là thể nào, chúng ta có thể dễ dàng quăng xa sự thèm khát về xác thịt của mình. Chúng ta hãy cùng nhau xem xét tường tận điều nầy.

Sự Ham Muốn của Xác Thịt

Sự ham muốn của xác thịt là bản tánh muốn làm theo xác thịt và phạm tội. Khi chúng ta có các đặc tánh như hận thù, giận dữ, tư dục, ham muốn nhục dục, ghen tị, kiêu ngạo, bấy giờ những ham muốn của xác thịt có thể bị khuấy động. Khi gặp phải một tình huống mà trong đó bản chất tội lỗi bị khuấy động khiến sự quan tâm và tính tò mò của chúng ta nổi lên. Điều này sẽ khiến chúng ta cảm thấy rằng tội lỗi là tốt và đáng yêu. Bấy giờ những sự thuộc về xác thịt được tỏ ra và chúng trở nên những công việc của xác thịt.

Ví dụ, giả sử có một người mới tin quyết định bỏ rượu, song anh ta vẫn còn sự ham muốn được uống rượu, ấy là sự thuộc về xác thịt. Vì vậy nếu anh ta đi đến một quán rượu và nhìn thấy cảnh người ta ngồi uống rượu ở đó, sự ham muốn của xác thịt về việc uống rượu sẽ bị khuấy động. Điều này sau đó kích hoạt ham muốn của anh ta và khiến anh ta thực sự uống rượu và say sưa trở lại.

Chúng ta hãy xem một ví dụ nữa. Nếu chúng ta có tính đoán xét, buộc tội người khác, chúng ta sẽ có xu hướng muốn nghe những tin đồn về họ. Chúng ta có thể cảm thấy thú vị để nghe và lan truyền tin đồn và bàn tán chuyện ấy cùng người khác. Nếu chúng ta có sự tức giận trong mình và có cái gì đó không hợp ý với, chúng ta sẽ cảm thấy hả dạ và dễ chịu về việc nổi giận với ai đó hoặc một điều gì đó vì sự ấy. Nếu chúng ta cố gắng kiềm chế bản thân để không làm theo các bản tính của xác thịt, trở nên giận dữ, chúng ta sẽ thấy đau đớn và khó chịu vô cùng. Nếu chúng ta có tính tự hào, thì trong niềm tự hào của mình, chúng ta có thể có tính tự khoe mình. Cũng trong niềm tự hào mình, chúng ta cũng có thể muốn được những người khác phục vụ theo những đặc tánh trong chúng ta. Nếu mong muốn trở nên giàu có, chúng ta sẽ cố gắng để được giàu có ngay cả phải gây bất lợi, tốn kém và đau khổ cho người khác. Chúng ta càng phạm tội thì sự ham muốn xác thịt càng thêm lên.

Nhưng cho dù chỉ là một người mới tin và có ít đức tin, song nếu người ấy sốt sắng cầu nguyện, được ơn trong sự hiệp thông với những thành viên khác, và được đầy dẫy Thánh Linh, sự ham muốn xác thịt của anh ta sẽ không dễ dàng bị khuấy động. Dẫu cho sự ham muốn xác thịt nổi lên tại một góc nào đó trong tâm trí mình, người ấy có thể bởi lẽ thật mà đánh đổ ngay sự ham muốn ấy. Nhưng nếu không tiếp tục cầu nguyện nữa thì anh ta sẽ mất đi sự đầy trọn của Đức Thánh Linh, anh ta sẽ nhường chỗ cho kẻ thù là ma quỷ và Sa-tan khuấy động sự ham muốn của xác thịt trở lại.

Vậy, điều gì là quan trọng trong việc cắt đứt sự ham muốn của xác thịt? Ấy là phải giữ sự đầy trọn của Đức Thánh Linh hầu cho sự khao khát tìm kiếm sự thiêng liêng được duy trì mạnh mẽ hơn sự tìm kiếm những điều thuộc xác thịt. Tâm linh chúng ta phải luôn tỉnh thức như có chép trong 1 Phi-e-rơ 5:8, *"Hãy tiết độ và tỉnh thức: kẻ thù nghịch anh em là ma quỉ, như sư tử rống, đi rình mò chung quanh anh em, tìm kiếm người nào nó có thể nuốt được."*

Để làm điều đó, chúng ta phải không ngừng cầu nguyện cách nhiệt thành. Mặc dù chúng ta rất bận rộn với công việc Chúa, chúng ta sẽ mất đi sự viên mãn của Đức Thánh Linh nếu chúng ta không tiếp tục cầu nguyện. Kế đến con đường sẽ được mở ra cho những ham muốn của xác thịt bị khuấy động. Đây là con đường dẫn chúng ta đến với sự phạm tội trong tâm trí và đi xa hơn trong hành động. Đó là lý do tại sao ngay cả Chúa Giê-su, Con Đức Chúa Trời, đã làm gương cho chúng ta về sự cầu nguyện không ngừng trong khi Ngài còn ở trên đất nầy. *Ngài không bao giờ ngừng cầu nguyện để thông giao với Đức Chúa Cha và làm trọn ý muốn của Ngài.*

Tất nhiên, nếu quăng xa tội lỗi và được nên thánh, sự ham muốn của xác thịt sẽ không nổi lên, và do đó chúng ta sẽ không nộp mình cho xác thịt để mà phạm tội. Vì vậy, những người đã được nên thánh sẽ cầu nguyện không phải để quăng xa những ham muốn của xác thịt, mà là để được đầy dẫy Thánh Linh và để hoàn thành vương quốc Đức Chúa Trời một cách tuyệt vời hơn.

Chúng ta sẽ làm gì nếu có chất phế thải của con người vấy lên quần áo mình? Chúng ta sẽ không chỉ lau sạch đi mà còn phải giặt sạch bằng xà phòng hầu cho không còn mùi nữa. Nếu có sâu hay giòi trên quần áo mình chúng ta sẽ hết sức ghê tởm và giũ chúng đi ngay. Nhưng tội lỗi trong lòng còn dơ dáy và bẩn thỉu hơn nhiều so với chất thải của con người hay bất kỳ sâu bọ nào. Như có chép trong Ma-thi-ơ 15:18, *"Song những điều bởi miệng mà ra là từ trong lòng, thì những điều đó làm dơ dáy người,"* chúng làm hại đến xương đến tủy con người và gây đau đớn vô cùng.

Điều gì sẽ xảy ra nếu người vợ phát hiện chồng mình có chuyện yêu đương với người khác? Thật đau đớn biết bao cho người! Chuyện nầy sẽ gây cãi vã khiến sự hòa hiếu gia đình đổ vỡ, hay thậm chí khiến gia đình chia lìa. Do vậy chúng ta phải nhanh chóng quăng xa sự ham muốn của xác thịt vì chính ham muốn nầy là nguyên nhân sinh ta tội lỗi và những hậu quả bất lợi.

Sự Mê Tham của Mắt

'Sự mê tham của mắt' thúc giục lòng người với sự nghe và nhìn rồi cho con người tìm kiếm những điều xác thịt. Mặc dù gọi là 'sự mê tham của mắt' nhưng điều nầy thâm nhập vào lòng người qua tiến trình nghe, nhìn và cảm nhận khi chúng ta lớn lên. Ấy là, những gì sự nghe và nhìn làm rung động lòng khiến đem lại cho chúng ta những cảm xúc, để rồi qua đó chúng ta lại có sự 'mê tham của mắt.'

Khi nhìn thấy một điều gì đó, nếu chúng ta chấp nhận bằng cảm xúc mình, chúng ta sẽ có cảm xúc tương tự khi chúng ta nhìn thấy một điều gì đó giống như vậy một lần nữa. Thậm chí khi không thật sự nhìn thấy, nhưng chỉ cần nghe về điều đặc biệt đó, chúng ta sẽ được nhắc lại những kinh nghiệm quá khứ hầu cho sự mê tham của mắt có thể bị khuấy động. Nếu cứ tiếp tục nhận lấy sự mê tham của mắt, điều nầy sẽ thôi thúc sự ham muốn xác thịt của chúng ta, để rồi cuối cùng sẽ khiến chúng ta phạm tội.

Điều gì đã xảy ra khi Đa-vít nhìn thấy Bát-sê-ba, vợ U-ri, đang tắm? Ông đã chẳng giũ bỏ sự mê tham của mắt mà chỉ nhận lấy nó, khiến cho sự ham muốn xác thịt của ông nổi lên đến mức ông ao ước lấy được người nữ ấy. Cuối cùng, ông đã chiếm đoạt bà và phạm tội đưa U-ri ra tuyến đầu của cuộc chiến để khiến người đi vào chỗ chết. Vì đã làm như vậy, Đa-vít khiến cho sự hoạn nạn to lớn giáng lên chính mình.

Nếu không quăng xa sự mê tham của mắt, thì bản tính tội lỗi trong chúng ta cứ vẫn còn bị khuấy động. Ví dụ, nếu chúng ta xem các tài liệu khiêu dâm, bản chất tội lỗi về tâm trí ngoại tình trong chúng ta sẽ bị thôi thúc. Khi mắt nhìn thấy, sự mê tham của mắt đến với chúng ta, và Sa-tan cũng khiến cho suy nghĩ của chúng ta hướng đến điều giả dối.

Những người tin Chúa không được chấp nhận sự mê tham của mắt. Chúng ta không được nghe, nhìn những gì không phải lẽ thật, và chúng ta thậm chí chẳng nên đi đến những nơi mà chúng ta có thể tiếp xúc những điều giả dối. Cho dù chúng ta có cầu nguyện nhiều đến bao nhiêu, kiêng ăn, cầu nguyện thâu đêm để nhổ sạch rễ bản tánh xác thịt mình, nhưng nếu chúng ta không cắt đứt sự mê tham của mắt, sự ham muốn xác thịt của chúng ta sẽ trỗi dậy và khuấy động cách mạnh mẽ hơn. Rốt cuộc khiến chúng ta không thể quăng xa bản tánh xác thịt cách dễ dàng và sẽ cảm thấy vô cùng khó khăn trong việc tranh chiến chống lại tội lỗi.

Ví dụ, trong chiến tranh, nếu các binh lính trong thành nhận được sự tiếp tế từ bên ngoài, họ sẽ có sức để tiếp tục chiến đấu. Việc tiêu diệt lực lượng kẻ thù trong thành là điều không dễ. do vậy, để đánh thắng được thành, trước hết chúng ta phải bao vây và cắt đứt mọi tuyến tiếp viện hầu cho kẻ thù không thể nhận được bất kỳ sự cung cấp nào về lương thực hay vũ khí từ bên ngoài. Nếu chúng ta tiếp tục tấn công trong khi giữ vững tình thế, cuối cùng kẻ thù sẽ bị tiêu diệt.

Nói đến mục đích sử dụng của ví dụ, nếu như lực lượng kẻ thù trong thành là sự giả dối, ấy là xác thịt trong chúng ta, thì quân tiếp việc bên ngoài là sự tham mê của mắt. Nếu không cắt đứt sự tham mê của mắt, chúng ta sẽ không thể quăng xa tội lỗi mặc dù chúng ta có ra sức kiêng ăn và cầu nguyện chăng nữa, vì cớ bản tính tội lỗi trong chúng ta cứ vẫn được nhận sự tiếp sức. Vì vậy, trước hết chúng ta phải cắt đứt sự tham mê của mắt cũng như cầu nguyện và kiêng ăn để chúng ta có thể giũ bỏ bản tánh tội lỗi. Bấy giờ chúng ta sẽ có thể bởi ân sủng, sức lực và sự đầy trọn của Đức Thánh Linh mà quăng xa chúng.

Chúng ta hãy xem một ví dụ đơn giản hơn. Nếu chúng ta cứ tiếp tục đổ nước sạch vào chiếc bình chứa đầy nước bẩn, thì cuối cùng nước bẩn cũng sẽ trở nên nước sạch. Nhưng điều gì sẽ xảy ra nếu cùng một lúc chúng ta vừa đổ nước sạch lại vừa đổ nước bẩn vào? Nước bẩn trong bình sẽ không thể trở nên nước sạch bất kể chúng ta đổ nước theo kiểu như vậy trong một thời gian bao lâu chăng nữa, vì nước chúng ta đổ vào không phải toàn là nước sạch. Tương tự như vậy, ngoài ra lẽ thật, chúng ta không được chấp nhận bất kỳ một sự giả dối nào, để chúng ta cắt đứt bản tánh xác thịt và tu dưỡng tâm thần mình.

Sự Kiêu Ngạo của Đời

Mọi người đều có khuynh hướng muốn khoe khoang. "Sự

kiêu ngạo của đời" ấy là "sự hư không và sự khoe khoang trong bản tánh chúng ta về sự vui thích của đời nầy." Ví dụ, người ta muốn khoe về gia đình, con cái, chồng hay vợ, những bộ quần áo đắc tiền, nhà đẹp, hay những món đồ trang sức quý giá của mình. Họ muốn mọi người biết đến tài năng hay ngoại hình của mình. Thậm chí họ còn khoe khoang về mối quan hệ với những người có ảnh hưởng hay nổi tiếng. Nếu chúng ta có tính kiêu ngạo về đời nầy, coi trọng sự giàu có, danh tiếng, tri thức, tài năng, và vẻ bề ngoài của đời nầy thì chúng ta sẽ hăng hái tìm kiếm chúng.

Nhưng thử hỏi việc khoe khoang những thứ như vậy có ích lợi gì chăng? Truyền đạo 1:2-3 nói rằng mọi thứ dưới ánh mặt trời đều là hư không. Như có chép trong Thi thiên 103:15, *"Đời loài người như cây cỏ; Người sanh trưởng khác nào bông hoa nơi đồng,"* sự khoe khoang về đời nầy không thể đem lại cho chúng ta sự sống hay giá trị nào. Song ấy là sự gớm ghiếc đối với Đức Chúa Trời và dẫn chúng ta đến chỗ chết. Nếu giũ bỏ được bản tánh xác thịt vô nghĩa, chúng ta sẽ thoát khỏi sự khoe khoang hay lòng ham muốn để chúng ta sẽ chỉ làm theo lẽ thật.

1 Cô-rinh-tô 1:31 bảo chúng ta rằng hễ ai muốn khoe mình thì nên khoe mình trong Chúa. Có nghĩa rằng chúng ta không nên khoe mình để tự đưa mình lên mà là vì sự vinh hiển của Đức Chúa Trời. Ấy là khoe mình về thập tự giá và Chúa là Đấng đã cứu chuộc chúng ta, và khoe về vương quốc thiên đàng mà Ngài đã sắm sẵn cho chúng ta. Ngoài ra, chúng ta cũng nên khoe về ân sủng, phước hạnh, sự vinh hiển và bất kỳ những gì mà Đức Chúa

Trời đã ban cho chúng ta. Khi chúng ta khoe mình trong Chúa, Đức Chúa Trời sẽ đẹp lòng mà ban phước lại cho chúng ta cả về phước hạnh thuộc thể và thuộc linh.

Bổn phận của con người là yêu mến và kính sợ Đức Chúa Trời, giá trị của mỗi người sẽ được quyết định tùy thuộc vào mức độ mà người ấy trở nên một con người thuộc linh (Truyền Đạo 12:13).

Một khi chúng ta giữ sạch mọi tội lỗi và sự ác, ấy là hoạt động của xác thịt và những sự thuộc về xác thịt, và phục hồi ảnh tượng đã mất của Đức Chúa Trời, chúng ta có thể vượt quá giới hạn của con người đầu tiên là A-đam, là một loài sinh linh. Điều nầy có nghĩa rằng chúng ta có thể trở nên một con người thuộc linh và thánh khiết trọn vẹn. Vì vậy, chúng ta không được tiếp viện cho xác thịt với những điều có liên quan đến sự mê tham của nó, nhưng chỉ mặc lấy cho mình bởi Đấng Christ.

Chương 4
Vượt Khỏi Giới Hạn của Loài Sinh Linh

Một khi chúng ta phá hủy những suy nghĩ xác thịt,
các hoạt động của linh hồn thuộc về xác thịt không còn nữa,
và chỉ còn lại các hoạt động của linh hồn thuộc tâm linh.
Tâm hồn hoàn toàn vâng theo chủ nhân tâm linh với 'Amen.'
Khi người chủ thực hiện nhiệm vụ của một chủ nhân và đầy tớ làm nhiệm
vụ của một đầy tớ, chúng ta nói rằng linh hồn của chúng ta được thịnh vượng.

- Tấm Lòng Hữu Hạn của Con Người

- Trở Nên Một Con Người Thuộc Linh

- Loài Sinh Linh và Tâm Linh Được Tu Dưỡng

- Đức Tin Thuộc Linh Là Tình Yêu Thật

- Hướng Đến Sự Thánh Khiết

Ngay cả trẻ sơ sinh cũng là con người, nhưng chúng không thể thực hiện các hành vi của một con người hoàn chỉnh. Chúng không có bất kỳ kiến thức nào, thậm chí không thể biết cha mẹ mình là ai, không biết làm thế nào để tồn tại. Tương tự như vậy, A-đam, con người đã được tạo dựng nên là một loài sinh linh, ban đầu đã không thể thực hiện bổn phận làm người của mình. Chỉ sau khi được đổ đầy tri thức thuộc linh, người mới trở nên một hữu thể có ý nghĩa. Người đã trở nên chúa của muôn loài tạo vật khi người dần dần học biết được những tri thức về thuộc linh từ Đức Chúa Trời. Vào thời điểm đó, tấm lòng của A-đam cũng chính là tâm linh của người, vì vậy, bấy giờ không cần sử dụng từ "tấm lòng."

Nhưng sau khi phạm tội, tâm linh người đã chết. Tri thức thuộc linh dần dần bắt đầu rò rỉ khỏi người, thay vào đó người đã bị đổ đầy tri thức xác thịt do chính kẻ thù là ma quỷ và Sa-tan đem đến. Tấm lòng của người không thể còn được gọi là tâm linh nữa, và kể từ đó nó được gọi là 'tấm lòng.'

Ban đầu, tấm lòng của A-đam được tạo dựng theo ảnh tượng của Đức Chúa Trời là thần. Tấm lòng của A-đam đã có thể được mở ra đến mức chứa đầy tri thức thuộc linh. Nhưng sau khi tâm linh người đã chết, tri thức về sự giả dối vây phủ tâm linh, và bấy giờ tấm lòng của A-đam đã trở nên có giới hạn. Qua việc tâm hồn đã trở nên bậc chủ của con người, con người bắt đầu tiếp nhận đủ thứ tri thức, và bắt đầu sử dụng những tri thức ấy trong nhiều cách khác nhau. Tùy theo những tri thức khác nhau và những cách sử dụng khác nhau về tri thức đó, tấm lòng con người cũng sẵn sàng hành động theo nhiều cách khác nhau.

Vì vậy, ngay cả những người có tấm lòng tương đối quảng đại vẫn không thể vượt qua những giới hạn nhất định đặt ra bởi sự công bình riêng, những rập khuôn cá nhân và những luận thuyết riêng của họ. Nhưng một khi tin nhận Chúa Giê-su Christ, nhận lãnh Đức Thánh Linh, và bởi Thánh Linh mà sanh thần linh trong mình, bấy giờ chúng ta có thể vượt qua được những giới hạn nầy của con người. Hơn nữa, tùy vào mức độ tu dưỡng tâm linh, chúng ta có thể hiểu và học được về lĩnh vực thiêng liêng vô hạn.

Tấm Lòng Hữu Hạn của Con Người

Khi con người do tâm hồn làm chủ lắng nghe Lời Đức Chúa Trời, sứ điệp đi vào trí não của họ trước tiên, và sau đó họ vận dụng ý tưởng của mình. Vì lý do nầy họ không thể chấp nhận Lời Chúa bởi tấm lòng mình. Theo lẽ thường, họ không thể nhận biết những sự thiêng liêng cũng không thể bởi lẽ thật mà thay đổi chính mình. Họ cố hiểu lĩnh vực thiêng liêng trong phạm vị tấm lòng hữu hạn mình, để rồi họ đưa ra nhiều lời xét đoán. Họ cũng có rất nhiều điều hiểu nhầm và phán xét ngay cả những bậc tổ phụ trong Kinh Thánh.

Khi Đức Chúa Trời truyền cho Áp-ra-ham dâng con một của mình là Y-sác, một số người nói rằng ắt hẳn điều nầy rất khó cho Áp-ra-ham vâng theo. Họ nói những điều như: Đức Chúa Trời để cho người đi núi Mô-ri-a trong ban ngày để thử đức tin người; trên đường đi, Áp-ra-ham chắc chắn đã có đủ thời gian để kinh nghiệm nỗi đau tột cùng khi phải suy nghĩ đến việc có nên làm theo mạng lệnh Đức Chúa Trời hay không. Nhưng, cuối cùng ông đã chọn làm theo Lời Chúa.

Phải chăng Áp-ra-ham đã thật sự có những rắc rối như vậy? Ông đã dậy thật sớm thậm chí không hỏi ý kiến vợ mình là Sa-ra. Ông hoàn toàn tin cậy vào quyền năng và sự nhân từ của Đức Chúa Trời là Đấng có thể khiến kẻ chết sống lại. Vì vậy ông đã có thể dâng Y-sác mà chẳng hề do dự. Đức Chúa Trời đã nhìn thấy tấm lòng bề trong của Áp-ra-ham nên đã chứng giám đức tin và tình yêu của người. Kết quả Áp-ra-ham đã trở thành tổ phụ đức tin và được gọi là 'bạn hữu của Đức Chúa Trời.'

Nếu một người không hiểu được mức độ đức tin và sự vâng phục có thể khiến Đức Chúa Trời đẹp lòng, người ấy sẽ có sự hiểu lầm về những điều như vậy bởi vì người ấy suy nghĩ trong phạm vi tấm lòng hữu hạn và tiêu chuẩn đức tin của mình. Chúng ta có thể hiểu được những người yêu mến Đức Chúa Trời hết mực và khiến Ngài đẹp lòng tùy theo mức độ mà họ quăng xa tội lỗi và tu dưỡng tâm linh mình.

Trở Nên Một Con Người Thuộc Linh

Đức Chúa Trời là thần, nên Ngài cũng muốn con cái mình trở nên những con người thuộc linh. Vậy chúng ta phải làm gì để trở nên một con người thuộc linh; là người có tâm linh làm chủ trên tâm hồn và thân thể? Trên hết mọi sự, chúng ta phải cắt đứt mọi ý tưởng giả dối, ấy là ý tưởng xác thịt, hầu cho chúng ta sẽ không bị Sa-tan khống chế. Để làm được như vậy, chúng ta phải nghe theo tiếng phán của Đức Thánh Linh là Đấng cảm động lòng chúng ta qua Lời chân lý. Chúng ta phải để linh hồn mình hoàn toàn làm theo tiếng phán đó. Khi lắng nghe Lời Đức Chúa Trời, chúng ta phải chấp nhận với 'A-men' và sốt sắng cầu nguyện cho đến khi hiểu được ý nghĩa thiêng liêng của Lời Chúa.

Làm như vậy, nếu chúng ta nhận được sự viên mãn của Đức Thánh Linh, tâm linh chúng ta sẽ trở thành chủ nhân, và chúng ta có thể đi đến chiều kích tâm linh tương giao với Chúa mỗi ngày. Bằng cách này, khi linh hồn tuân theo chủ nhân là tâm linh, thì tâm hồn hoàn toàn hành động với tư cách của người đầy tớ, bấy giờ chúng ta nói rằng linh hồn chúng ta được "thịnh vượng." Nếu linh hồn chúng ta thịnh vượng, mọi sự chúng ta làm đều sẽ được thịnh vượng và chúng ta sẽ được khỏe mạnh.

Nếu chúng ta hiểu các hoạt động của linh hồn một cách rõ

ràng và khôi phục lại những hoạt động đó theo cách mà Đức Chúa Trời mong muốn, bấy giờ chúng ta sẽ không còn bị Satan xúi giục nữa. Bằng cách này, chúng ta có thể phục hồi hình ảnh của Đức Chúa Trời mà A-đam đã đánh mất vì cớ sự sa ngã của mình. Bấy giờ, trật tự giữa linh, hồn và thân thể sẽ được lập lại cách đúng đắn, và chúng ta có thể trở nên con cái thật của Đức Chúa Trời. Kế đến chúng ta có thể vượt qua giới hạn của một loài sinh linh, ấy là giới hạn của A-đam. Chúng tôi sẽ không chỉ nhận được thẩm quyền và quyền năng để cai trị tất cả muôn vật mà chúng ta còn vui hưởng niềm hạnh phúc đời đời nơi vương quốc thiên đàng, là nơi ở cao trọng hơn Vườn Ê-đen.

Loài Sinh Linh và Tâm Linh Được Tu Dưỡng

Khi vâng theo mạng lệnh của Đức Chúa Trời mà qua đó chúng ta được truyền dạy về những việc không được làm và những điều phải tuân giữ, có nghĩa rằng chúng ta không được phạm đến những công việc của xác thịt và giữ mình bởi lẽ thật. Cùng mức độ này, chúng ta ngày càng trưởng thành hơn trong thuộc linh. Chừng nào còn trong xác thịt, làm theo những sự giả dối, chúng ta còn phải gặp đủ thứ nan đề và bệnh tật, nhưng một khi chúng ta trở nên con người thuộc linh, chúng ta sẽ được thịnh vượng mọi bề và được khỏe mạnh.

Ngoài ra, nếu quăng xa hết điều ác như Đức Chúa Trời đã phán dạy chúng ta quăng xa một số điều như 'những điều thuộc về xác thịt' và những ý tưởng xác thịt phải bị đánh đổ, để chúng ta chỉ có linh hồn thuộc về lẽ thật. Khi chỉ suy nghĩ trong lẽ thật, chúng ta sẽ nghe được tiếng phán của Đức Thánh Linh cách rõ ràng hơn. Nếu hoàn toàn tuân theo mạng lệnh của Đức Chúa Trời, chúng ta vâng giữ, không làm, hay cắt đứt một số điều, chúng ta có thể được nhận biết là những con người thuộc linh vì chúng ta sẽ chẳng có bất kỳ sự giả dối nào trong mình. Hơn nữa nếu chúng ta làm trọn mạng lệnh Đức Chúa Trời, chúng ta sẽ trở nên những con người thánh khiết trọn vẹn.

Và lại, có một sự khác biệt lớn giữa những con người thuộc linh và A-đam người từng là một loài sinh linh. A-đam chưa từng kinh nghiệm được bất kỳ điều gì về xác thịt qua công cuộc giáo hóa nhân loại, và do vậy, người không thể được xem là một con người thuộc linh trọn vẹn. Người đã chẳng bao giờ có thể hiểu được bất kỳ điều gì về buồn rầu, đau đớn, chết chóc, hay sự phân rẽ do xác thịt gây ra. Nói cách khác, điều nầy có nghĩa rằng người đã không thể hiểu đúng giá trị hay biết ơn, yêu thương một cách đúng đắn là thể nào. Dẫu cho Đức Chúa Trời yêu thương người rất nhiều, người cũng không thể hiểu được chân giá trị của sự ấy và phước hạnh của tình yêu thương ấy là thể nào. Người đã được vui hưởng những thứ tốt nhất, nhưng người không thể nhận biết rằng mình rất hạnh phúc. Người không thể là một con cái thật của Đức Chúa Trời là kẻ có thể chia sẻ tấm lòng của mình với Ngài. Chỉ sau khi trải qua những điều xác thịt và biết về chúng người mới có thể trở nên một con người thuộc linh thật sự.

Khi A-đam còn là một loài sinh linh, người chưa từng kinh

nghiệm được bấy kỳ điều gì thuộc xác thịt. Do vậy, người luôn luôn sẵn sàng chấp nhận công việc của xác thịt và sự hư đốn. Tâm linh của A-đam không phải là một tâm linh trọn vẹn và hoàn hảo theo đúng nghĩa, nhưng là một tâm linh có thể chết. Đó là tại sao người được gọi là một loài sống động, là một sinh linh. Đến đây một số người có thể hỏi rằng làm thế nào mà một loài sinh linh lại có thể chấp nhận sự cám dỗ của Sa-tan. Chúng ta hãy xem một phúng dụ như sau.

Giả sử có hai đứa trẻ rất biết nghe lời trong một gia đình. Một em trong đó có lần đã bị bỏng nước sôi trong khi em kia chưa bao giờ biết đến bỏng là gì. Một ngày nọ, người mẹ chỉ vào phích nước sôi và bảo chúng chớ đụng đến. Thông thường chúng rất vâng lời mẹ, nên cả hai đều không đụng đến phích nước sôi ấy.

Nhưng một trong hai đứa trẻ đã từng có kinh nghiệm rằng phích nước sôi ấy là nguy hiểm, nên nó sẵn sàng nghe theo. Đứa trẻ ấy cũng hiểu được tấm lòng yêu thương của người mẹ luôn muốn bảo vệ chúng bằng những lời cảnh báo. Ngược lại, đứa trẻ kia là kẻ chưa có kinh nghiệm như vậy, khi nhìn thấy hơi nước từ phích nước sôi bốc lên thì đâm ra tò mò. Cậu ta không thể hiểu được ý muốn của mẹ mình. Cậu bé luôn tìm cách chạm vào phích nước sôi ấy để thỏa chí hiếu kỳ của mình.

Cũng giống như vậy đối với A-đam là một loài sinh linh. Người nghe nói rằng tội lỗi và sự ác là điều đáng sợ, song người chưa từng biết đến những sự ấy. Chẳng có cách nào để giúp người hiểu chính xác về tội lỗi và sự ác là gì. Vì người chưa từng kinh nghiệm được tính tương đối của sự vật, cuối cùng người đã chấp nhận sự cám dỗ của Sa-tan bởi ý chí tự do của mình và người đã ăn trái cấm.

Không như A-đam, loài sinh linh là kẻ chẳng bao giờ hiểu được tính tương đối của những sự vật khác nhau, Đức Chúa Trời muốn có những con cái thật, là những kẻ sau khi kinh nghiệm được những công việc của xác thịt, có tâm linh và chẳng bao giờ thay lòng đổi dạ dưới bất kỳ hoàn cảnh nào. Họ hiểu rõ sự tương phản giữa xác thịt và thần linh. Họ đã có trải nghiệm về tội lỗi và sự ác, đau đớn và buồn rầu trong đời nầy, vì vậy mà họ biết được sự đau đớn, ô trọc, và vô nghĩa của xác thịt là thế nào. Vả lại, họ cũng hiểu rất rõ về thần linh, và điều trái ngược với xác thịt. Họ hiểu được sự tốt đẹp và phước hạnh của thần linh là thế nào. Vậy nên, bởi ý chí tự do của mình, họ sẽ chẳng bao giờ chấp nhận những sự thuộc về xác thịt một lần nữa. Đây là sự khác nhau giữa một loài sinh linh và một tâm linh đã được tu dưỡng.

Một loài sinh linh chỉ biết vâng phục một cách vô điều kiện trong khi một tâm linh đã được tu dưỡng sẽ vâng phục tự đáy lòng sau khi đã được trải nghiệm cả điều thiện và điều ác. Hơn thế nữa, những con người thuộc linh là những kẻ đã quăng xa mọi tội lỗi và sự ác sẽ được ban phước để vào vương quốc Thiên Đàng thứ ba tại thành phố Giê-ru-sa-lem Mới, một trong những nơi ở khác nhau trong Thiên Đàng cùng những con người thánh khiết trọn vẹn.

Đức Tin Thuộc Linh Là Tình Yêu Thật

Một khi trở nên con người thuộc linh trong hành trình đức tin, chúng ta sẽ có thể cảm nhận được sự vui mừng và hạnh phúc trong một phương diện khác biệt. Chúng ta sẽ có bình an thật trong lòng. Chúng ta sẽ vui mừng luôn cầu nguyện không thôi, và dâng lời tạ ơn trong mọi sự như có chép trong 1 Tê-sa-lô-ni-ca 5:16-18. Chúng ta hiểu được tấm lòng và ý muốn của Đức Chúa Trời trong việc ban tặng cho chúng ta niềm hạnh phúc đích thực, hầu cho chúng ta có thể thật lòng yêu mến và dâng lời tạ ơn Ngài.

Chúng ta nghe nói rằng Đức Chúa Trời là tình yêu, nhưng trước khi trở thành con người thuộc linh, chúng ta không thể thật sự hiểu được tình yêu ấy. Chỉ sau khi hiểu được sự tiên liệu của Đức Chúa Trời qua tiến trình giáo hóa nhân loại, chúng ta mới có thể hiểu sâu sắc rằng Đức Chúa Trời chính là tình yêu thương và thể nào chúng ta phải yêu mến Ngài trên hết mọi sự.

Cho đến chừng nào chưa quăng xa bản tánh xác thịt khỏi lòng mình, tình yêu và sự tạ ơn của chúng ta đều vẫn còn giả dối. Cho dù chúng ta nói rằng mình yêu mến Đức Chúa Trời và biết ơn Ngài, nhưng khi mọi sự không còn có lợi cho bản nữa, chúng ta sẽ thay đổi chiều hướng cuộc sống mình. Khi mọi sự tốt đẹp, chúng ta đầy lòng biết ơn nhưng sau đó chẳng bao lâu chúng ta chẳng còn nhớ đến ân sủng ấy nữa. Nếu nhìn thấy có những khó khăn phía trước, lẽ ra phải nhớ đến ân sủng, song chúng ta trở nên nản lòng hay thậm chí giận dữ. Chúng ta quên đi lòng tri ân và ân sủng mà chúng ta đã nhận được.

Nhưng sự tạ ơn của con người thuộc linh xuất phát từ tấm lòng chân thành họ, nên điều ấy sẽ chẳng bao giờ thay đổi theo thời gian. Chúng ta hiểu được ơn phước của Đức Chúa Trời là Đấng trưởng dưỡng loài người bất chấp những đau đớn mà Ngài khó dung thứ ra từ công cuộc ấy, chúng ta dâng lời tạ ơn chân thành tự sâu thẳm lòng mình. Ngoài ra, chúng ta cũng thật lòng yêu mến và tạ ơn Chúa Giê-su Đấng đã chịu lấy thập hình thay cho chúng ta và Đức Thánh Linh Đấng đưa dẫn chúng ta đến với lẽ thật. Lòng biết ơn và tình yêu của chúng ta sẽ không bao giờ thay đổi.

Hướng Đến Sự Thánh Khiết

Con người bị hư hỏng bởi tội lỗi, nhưng sau khi tin nhận Chúa Giê-su Christ và nhận được ơn cứu rỗi họ có thể được biến đổi bởi đức tin và quyền phép Đức Thánh Linh. Bấy giờ họ có thể vượt qua giới hạn của loài sinh linh. Tùy theo mức độ mà sự giả dối được loại bỏ khỏi họ và thay vào đó họ được đổ đầy lẽ thật, họ có thể trở thành con người thuộc linh bởi sự thánh khiết trọn vẹn trong mình.

Trong hầu hết các trường hợp, người ta kết hợp những gì mình thấy với sự giả dối trong họ, do vậy họ cảm nhận và suy nghĩ trong sự gian ác. Bằng cách nầy, người ta có khuynh hướng bày tỏ những việc làm ác. Song những ai đã được nên thánh thì sẽ chẳng có sự ác nào trong mình, nên chẳng có ý tưởng ác hay việc ác nào ra từ họ. Họ không nhìn những điều ác ngay từ đầu, song nếu tình cờ nhìn thấy những sự ấy, những điều nầy sẽ chẳng kết hiệp với những ý tưởng ác hay việc làm ác.

Chúng ta có thể được xem là đã được nên thánh nếu chúng ta tu dưỡng một tấm lòng trong sáng không tì vết bằng cách nhổ sạch rễ sự ác ngay cả những rễ ăn sâu trong lòng chúng ta. Những người chỉ có những suy nghĩ thiêng liêng, ấy là những ai chỉ nhìn xem, nghe, nói, và hành động trong lẽ thật là những con cái thật của Đức Chúa Trời, những người đã vượt khỏi giới hạn thuộc linh.

Như có chép trong 1 Giăng 5:18, *"Chúng ta biết rằng ai sanh bởi Đức Chúa Trời, thì hẳn chẳng phạm tội; nhưng ai sanh bởi Đức Chúa Trời, thì tự giữ lấy mình, ma quỉ chẳng làm hại người được."* Trong lĩnh vực thuộc linh, vô tội là sức mạnh. Không phạm tội là thánh khiết. Nhờ đó mà chúng ta có thể phục hồi lại thẩm quyền đã được ban cho A-đam, một loài sinh linh, đánh bại và khuất phục kẻ thù ma quỷ và Sa-tan tùy vào mức độ mà chúng ta quăng xa tội lỗi.

Một khi trở nên con người thuộc linh, ma quỷ thậm chí không đến gần chúng ta, và một khi chúng ta trở nên thánh khiết trọn vẹn trở nên nhân từ và yêu thương, chúng ta sẽ có thể thực hiện những công việc đầy quyền phép của Đức Thánh Linh, làm những công việc lớn lao và quyền năng.

Chúng ta có thể trở nên con người thuộc linh và thánh khiết trọn vẹn qua việc nên thánh của mình (1 Tê-sa-lô-ni-ca 5:23). Nếu nghĩ đến Đức Chúa Trời là Đấng trưởng dưỡng nhân loại, và đã chịu đựng với chúng trong một thời gian dài để có được những con cái thật, bấy giờ chúng ta có thể hiểu rằng điều có ý nghĩa nhất trong cuộc đời là trở nên con người thuộc linh và thánh khiết trọn vẹn.

Phần 3

Phục Hồi Tâm Linh

Tôi Là Người Xác Thịt hay Thiêng Liêng?

Thiêng Liêng và Thánh Khiết Trọn Vẹn Khác Nhau Như Thế Nào?

"Đức Chúa Giê-su đáp rằng: Quả thật, quả thật,
ta nói cùng ngươi, nếu một người chẳng nhờ nước
và Thánh Linh mà sanh
thì không được vào nước Đức Chúa Trời.
Hễ chi sanh bởi xác thịt là xác thịt,
hễ chi sanh bởi Thánh Linh là thần."

- Giăng 3:5-6

Chương 1
Thuộc Linh và Thánh Khiết Trọn Vẹn

Vì tâm linh đã chết, nhân loại cần được cứu rỗi.
Đời sống Cơ Đốc Nhân của Chúng ta là một tiến trình trưởng thành
tâm linh sau khi tâm linh được sống lại.

- Tâm Linh Là Gì?

- Phục Hồi Tâm Linh

- Tiến Trình Trưởng Thành Tâm Linh

- Trau Dồi Mảnh Đất Tốt

- Vết Tích của Xác Thịt

- Chứng Cứ về Sự Thánh Khiết Trọn Vẹn

- Phước Hạnh Được Ban Cho Những Người Thuộc Linh và Thánh Khiết Trọn Vẹn

Tâm linh con người bị chết vì tội của A-đam. Từ đó tâm hồn con người đã trở thành chủ nhân. Họ liên tục chấp nhận sự giả dối và làm theo dục vọng của mình. Cuối cùng, họ không thể được cứu rỗi. Vì cớ họ chịu sự kiểm soát của tâm hồn là thứ ở dưới sự ảnh hưởng của Sa-tan, họ phạm tội và sa vào Địa ngục. Đó là tại sao hết thảy con người đều cần được cứu rỗi. Đức Chúa Trời tìm kiếm con cái thật là những người được cứu qua công cuộc giáo hóa nhân loại, ấy là Ngài tìm kiếm những con người thuộc linh và thánh khiết trọn vẹn.

1 Cô-rinh-tô 6:17 nói rằng, *"Còn ai kết hiệp với Chúa thì trở nên một tánh thiêng liêng cùng Ngài,"* Con cái thật của Đức Chúa Trời là những kẻ kết hiệp làm một với Đức Chúa Giê-su Christ trong bản thánh thiêng liêng Ngài.

Khi chúng ta tin nhận Chúa Giê-su Christ, chúng ta sống trong lẽ thật bởi sự vùa giúp của Đức Thánh Linh. Nếu hoàn toàn sống trong lẽ thật, có nghĩa rằng chúng ta đã trở nên con người thuộc linh là người có tấm lòng của Chúa. Điều nầy là khi chúng ta trở nên một tánh thiêng liêng cùng Ngài. Mặc dù chúng ta trở nên một tánh thiêng liêng, nhưng thần linh Đức

Chúa Trời và thần linh con người là hoàn toàn khác nhau. Đức Chúa Trời là thần không có thân thể hữu hình, nhưng thần linh con người được chứa đựng trong một thân thể hữu hình. Đức Chúa Trời có hình thể thiêng liêng thuộc về trời trong khi con người có hình thể thuộc linh trong một thân thể hữu hình được tạo dựng từ bụi đất. Đương nhiên có sự khác biệt lớn giữa Đức Chúa Trời là Đấng Tạo Hóa với loài người là vật thọ tạo.

Tâm Linh Là Gì?

Nhiều người nghĩ rằng từ 'tâm linh' và 'tâm hồn' có thể thay thế cho nhau. Tự điển *Merriam-Webster* nói rằng tâm linh là 'một nguyên tắc về sinh khí hay nguyên tắc sống còn nắm vai trò đem lại sự sống cho các bộ phận của cơ thể, hay một thực thể siêu nhiên hoặc yếu tố cơ bản nào đó.' Nhưng tâm linh theo ý định của Đức Chúa Trời là một thực hữu bất diệt, không hư mất hay thay đổi song tồn tại đời đời. Tâm linh chính là sự sống và lẽ thật.

Trên đất nầy, nếu chúng ta phải tìm một điều gì đó có đặc tánh giống tâm linh thì ấy sẽ là vàng. Ánh sáng lấp lánh sẽ chẳng bao giờ thay đổi theo thời gian, vàng cũng chẳng bao giờ hư nát hay biến chất. Vì vậy Đức Chúa Trời ví sánh đức tin chúng ta với vàng ròng và cũng xây nhà trên Thiên Đàng bằng vàng và những đá quý khác.

Con người đầu tiên, A-đam, đã nhận được một phần bản tánh nguyên thủy của Đức Chúa Trời khi Ngài hà sanh khí vào lỗ mũi người. Người đã được dựng nên là một tâm linh chưa hoàn hảo. Điều nầy là vì sự tồn tại khả năng trở lại bản tánh xác thịt với đặc điểm ra từ đất của người. Người không phải chỉ có 'tâm linh.' Người là một 'sinh linh' ấy là một 'thực thể sống.'

Tại sao Đức Chúa Trời đã tạo dựng nên A-đam là một loài sinh linh? Ấy là vì Ngài muốn A-đam vượt khỏi phạm vi của một loài sinh linh bởi sự kinh nghiệm về xác thịt qua công cuộc trưởng dưỡng loài người và trở nên một con người thánh khiết trọn vẹn. Điều nầy không chỉ áp dụng cho A-đam, mà còn đối với hết thảy hậu tự người. Đây chính là lý do tại sao Đức Chúa Trời đã sắm sẵn Chúa Cứu Thế Giê-su, và Đấng Vùa Giúp là Đức Thánh Linh ngay cả từ trước buổi sáng thế.

Phục Hồi Tâm Linh

A-đam đã sống trong vườn Ê-đen với tư cách là một loài sinh linh trong một thời gian dài vô hạn, nhưng rồi mối thông giao giữa người với Đức Chúa Trời đã bị xấu đi vì tội của người. Lúc bấy giờ Sa-tan bắt đầu gieo giả dối vào tâm hồn người. Trong tiến trình nầy, tri thức về tâm linh mà Đức Chúa Trời ban cho đã bắt đầu biến mất và thế vào đó là những sự thuộc về xác thịt là tri thức giả dối do Sa-tan đem đến.

Thời gian trôi qua, những sự thuộc về xác thịt mỗi ngày một thêm lên làm đầy dẫy lòng người. Sự giả dối vây hãm và bóp nghẹt mầm sự sống trong con người. Sự ấy như thể điều giả dối cầm giữ và hạn chế mầm sự sống làm cho nó trở nên tê liệt hoàn toàn, chúng ta nói rằng tâm linh đã 'chết.' Nói rằng tâm linh đã chết có nghĩa rằng sự Sáng của Đức Chúa Trời là điều có thể khiến cho mầm sự sống hoạt động đã biến mất. Vậy, chúng ta phải làm gì để tâm linh chết được sống lại?

Trước hết, chúng ta phải được sinh bởi nước và Thánh Linh.

Khi lắng nghe Lời Đức Chúa Trời là Lời chân lý và tin nhận Chúa Giê-su làm Cứu Chúa của mình, Đức Chúa Trời ban cho lòng chúng ta ân tứ Đức Thánh Linh. Trong Giăng 3:5, Chúa Giê-su phán rằng, *"Quả thật, quả thật, ta nói cùng ngươi, nếu một người chẳng nhờ nước và Thánh Linh mà sanh, thì không được vào nước Đức Chúa Trời."* Từ đây chúng ta có thể biết rằng chúng ta được cứu chỉ khi chúng ta được sinh bởi nước là Lời Đức Chúa Trời, và Đức Thánh Linh.

Đức Thánh Linh ngự vào lòng và khiến mầm sự sống trong chúng ta hoạt động trở lại. Đây là việc làm sống lại tâm linh đã chết của chúng ta. Ngài giúp đỡ chúng ta quăng xa bản tánh xác thịt, ấy là quăng xa sự giả dối, phá hủy những công việc giả dối của tâm hồn và đem đến cho chúng ta tri thức lẽ thật. Nếu không nhận lãnh Thánh Linh, tâm linh chết của chúng ta không thể sống lại, chúng ta cũng không thể hiểu được ý nghĩa thiêng liêng trong Lời Chúa. Lời mà chúng ta không thể hiểu được thì không thể bén rễ trong lòng và chúng ta không thể có được đức tin thiêng liêng. Chúng ta có thể có được sự hiểu biết và đức tin thiêng liêng để tin tự đáy lòng mình chỉ khi có sự vùa gúp của

của Đức Thánh Linh. Cùng với sự nầy, chúng ta có thể nhận được sức lực để làm theo Lời Đức Chúa Trời và sống bởi Lời đó khi chúng ta cầu nguyện. Nếu không bởi sự giúp đỡ của Ngài qua sự cầu nguyện, chúng ta sẽ chẳng có sức lực để thực hành Lời ấy.

Kế đến, chúng ta phải liên tục bởi Thánh Linh mà sanh thần linh trong mình.

Một khi tâm linh chết của chúng ta được sống lại bởi việc nhận lãnh Thánh Linh, chúng ta phải liên tục đổ đầy tâm linh mình bởi tri thức lẽ thật. Ấy là sanh ra thần linh bởi Đức Thánh Linh. Khi chúng ta chăm chỉ cầu nguyện bởi sự giúp đỡ của Thánh Linh để tranh chiến chống lại tội lỗi cho đến mức đổ huyết, sự ác và giả dối trong lòng chúng ta sẽ tránh xa. Hơn nữa, tùy theo mức độ chúng ta chấp nhận tri thức lẽ thật được mang lại bởi Đức Thánh Linh, như tình yêu, sự nhân từ, thành tín, mềm mại, nhu mì, chúng ta sẽ ngày càng thêm lên lẽ thật và sự nhân từ trong lòng mình. Nói cách khác chấp nhận lẽ thật qua Đức Thánh Linh là việc làm ngược lại với tiến trình mà qua đó con người đã trở nên hư đốn kể từ sự sa ngã của A-đam.

Tuy nhiên, có những người đã từng nhận Thánh Linh nhưng không thay đổi lòng mình. Không làm theo ý muốn của Đức Thánh Linh mà vẫn cứ tiếp tục sống trong tội lỗi làm theo sự ham muốn của xác thịt. Lúc đầu, họ cũng cố gắng quăng xa tội lỗi, nhưng rồi một lúc nào đó họ lại trở nên thờ ơ trong niềm tin mình và không còn tranh chiến chống lại tội lỗi nữa. Từ lúc họ không còn tranh chiến chống lại tội lỗi, họ bắt đầu kết bạn với thế gian và phạm tội. Tấm lòng họ đã từng được thanh tẩy và phiếu trắng lại trở nên ô uế bởi tội lỗi. Mặc dù chúng ta đã nhận Thánh Linh, nếu lòng chúng ta lại cứ tiếp tục đắm chìm trong giả dối, mầm sống trong chúng ta không thể có được sinh lực.

1 Tê-sa-lô-ni-ca 5:19 cảnh báo chúng ta rằng, *"Chớ dập tắt Thánh Linh."* Chúng ta có thể đạt đến một tình trạng có tiếng là sống, nhưng mà là chết nếu chúng ta không thay đổi chính mình sau khi nhận lãnh Thánh Linh (Khải huyền 3:1). Vì vậy, nếu đã nhận Thánh Linh mà chúng ta cứ vẫn tiếp tục sống trong tội lỗi và sự gian ác thì Thánh Linh nầy sẽ dần dần bị dập tắt.

Thế thì, chúng ta phải không ngừng thay đổi lòng mình cho đến khi hoàn toàn trở thành tấm lòng chân thật. Trong 1 Giăng 2:25 có chép rằng, *"Lời hứa mà chính Ngài đã hứa cùng chúng ta, ấy là sự sống đời đời."* Quả đúng như vậy, Đức Chúa Trời đã ban cho chúng ta một lời hứa. Nhưng có một điều kiện kèm theo lời hứa đó.

Để Đức Chúa Trời ban cho chúng ta sự sống đời đời chúng ta phải kết hiệp với Chúa và Đức Chúa Trời bởi việc làm theo Lời Đức Chúa Trời mà chúng ta đã nghe. Chúng ta không thể được cứu cho dù chúng ta nói rằng mình tin Chúa nếu chúng ta không ở trong Đức Chúa Trời và Chúa chúng ta.

Tiến Trình Trưởng Thành Tâm Linh

Giăng 3:6 chép rằng, *"Hễ chi sanh bởi xác thịt là xác thịt; hễ chi sanh bởi Thánh Linh là thần."* Như vậy, cho đến chừng nào chúng ta vẫn còn ở trong xác thịt chúng ta không thể sinh ra thần linh.

Vì vậy, một khi chúng ta đã nhận Thánh Linh và tâm linh chết của chúng ta đã sống lại, tâm linh ấy phải tiếp tục lớn lên. Điều gì sẽ xảy ra nếu một đứa trẻ chẳng lớn lên một cách thích đáng hoặc chẳng còn lớn lên được nữa? Đứa trẻ ấy sẽ chẳng thể có cuộc sống bình thường. Cũng giống như vậy đối với đời sống tâm tinh. Con cái Đức Chúa Trời là những kẻ đã được ban cho sự sống phải tiếp tục thêm lên đức tin và làm cho đời sống thuộc linh mình trưởng thành.

Kinh Thánh cho biết rằng lượng đức tin của mỗi chúng ta đều khác nhau (Rô-ma 12:3). Qua 1 Giăng 2:12-14, chúng ta được biết về các mức độ đức tin khác nhau, phân loại thành đức tin con đỏ, con trẻ, trẻ tuổi, phụ lão:

> *Hỡi các con cái bé mọn ta, ta viết cho các con, vì tội lỗi các con đã nhờ danh Chúa được tha cho. Hỡi các phụ lão, tôi viết cho các ông, vì các ông đã biết Đấng có từ lúc ban đầu. Hỡi kẻ trẻ tuổi, ta viết cho các ngươi, vì các ngươi đã thắng được ma quỉ. Hỡi con trẻ, ta đã viết cho các con, vì các con đã biết Đức Chúa Cha. Hỡi phụ lão, tôi đã viết cho các ông, vì các ông đã biết Đấng có từ lúc ban đầu. Hỡi kẻ trẻ tuổi, ta đã viết cho các ngươi, vì các ngươi là mạnh mẽ, lời Đức Chúa Trời ở trong các ngươi, và các ngươi đã thắng được ma quỉ.*

Tùy theo mức độ chúng ta thay đổi chính mình để có tấm lòng chân thật, Đức Chúa Trời sẽ ban cho chúng ta đức tin từ nơi cao. Đó là đức tin mà nhờ đó chúng ta có thể tin tự đáy lòng mình, ấy là 'bởi Thánh Linh mà sanh ra thần linh.' Đây là việc Đức Thánh Linh làm: Ngài khiến chúng ta sanh ra thần linh và giúp thêm lên đức tin. Đức Thánh Linh ngự vào lòng chúng ta và dạy cho chúng ta biết về tội lỗi, sự công chính, và sự phán xét (Giăng 16:7-8). Ngài giúp chúng ta tin Đức Chúa Giê-su Christ.

Ngài cũng giúp chúng ta nhận biết được ý nghĩa thiêng liêng trong Lời Đức Chúa Trời và chấp nhận Lời đó bởi tấm lòng mình. Trong tiến trình nầy, chúng ta có thể phục hồi lại ảnh tượng của Đức Chúa Trời và trở thành con cái thật của Ngài, là những con người thuộc linh và thánh khiết trọn vẹn.

Để tâm linh chúng ta lớn lên, trước hết chúng ta phải đánh đổ những suy nghĩ xác thịt. Những ý tưởng xác thịt được hình thành khi những sự giả dối trong lòng chúng ta hiện ra qua sự vận hành không trung thực của tâm hồn. Ví dụ, nếu có sự ác trong lòng và nếu chúng ta nghe ai đó nói chuyện phiếm về mình, trước hết chúng ta sẽ có các hoạt động giả dối của tâm hồn. Chúng ta sẽ có những suy nghĩ xác thịt mà rằng người ấy thật láo xược, chúng ta cảm thấy bị xúc phạm và ý nghĩ tiêu cực có thể nổi lên.

Tại thời điểm nầy chính Sa-tan làm chủ tâm hồn, là kẻ gieo vào những ý tưởng ác. Qua những hoạt động nầy của tâm hồn, sự giả dối trong lòng là những điều thuộc về xác thịt nóng giận, căm ghét, cứng rắn, và kiêu ngạo đều bị kích động. Đúng ra phải có gắng hiểu người khác, thì chúng ta lại chống đối người ấy ngay. Những sự thuộc về xác thịt nầy là những điều đã được để cập trước đây cũng thuộc về những ý tưởng xác thịt. Nếu sự công bình riêng, tự định hình, hay luận thuyết riêng của con người ra từ sự vận hành của tâm hồn, chúng cũng là những sự thuộc về xác thịt. Giả sử một người có loại suy nghĩ rập khuôn nào đó là điều mà anh ta tin rằng không thỏa hiệp trong đức tin là một sự đúng đắn. Thì người ấy sẽ luôn giữ lấy quan điểm của mình và cho rằng ấy là suy nghĩ đúng để rồi anh ta sẽ phá vỡ sự hòa hiếu với người khác ngay cả trong những hoàn cảnh mà lẽ ra anh ta nên cân nhắc đến mức độ đức tin và những hoàn cảnh khác của họ. Ngoài ra, nếu một người có quan niệm về một điều gì đó và tin rằng sẽ khó đạt được điều ấy khi tính đến hoàn cảnh thực tế. Điều nầy cũng được xem là suy nghĩ xác thịt.

Ngay cả sau khi nhận Thánh Linh bởi việc tin nhận Chúa Giê-su, chúng ta vẫn còn có những suy nghĩ xác thịt tùy theo mức độ xác thịt mà chúng ta chưa giũ bỏ. Chúng ta có được những ý tưởng thiêng liêng khi chúng ta phục hồi lại những tri thức chân lý ấy là Lời Đức Chúa Trời, nhưng khi tri thức giả dối được khôi phục thì chúng ta có những ý tưởng xác thịt. Đức Thánh Linh không thể huy động tri thức chân lý cùng với mức độ mà chúng ta có những suy nghĩ xác thịt.

Bởi vậy Rô-ma 8:5-8 có chép rằng, *"Thật thế, kẻ sống theo xác thịt thì chăm những sự thuộc về xác thịt; còn kẻ sống theo Thánh Linh thì chăm những sự thuộc về Thánh Linh. Vả, chăm về xác thịt sanh ra sự chết, còn chăm về Thánh Linh sanh ra sự sống và bình an; vì sự chăm về xác thịt nghịch với Đức*

Chúa Trời, bởi nó không phục dưới luật pháp Đức Chúa Trời,
lại cũng không thể phục được. Vả, những kẻ sống theo xác thịt,
thì không thể đẹp lòng Đức Chúa Trời."

Phân đoạn nầy ngụ ý rằng chúng ta có thể đạt đến tầm thước thuộc linh chỉ khi chúng ta đánh đổ được những ý tưởng xác thịt của mình. Những kẻ sống theo xác thịt không thể không có những ý tưởng xác thịt, dẫn đến kết quả, họ có những ý tưởng, lời nói, cách ăn ở chống nghịch Đức Chúa Trời.

Một trong những ví dụ rõ ràng nhất về việc chống nghịch Đức Chúa Trời ra từ suy nghĩ của xác thịt ấy là trường hợp của vua Sau-lơ trong 1 Sa-mu-ên 15. Đức Chúa Trời truyền cho ông tấn công A-ma-léc và diệt hết mọi thứ ở đó. Ấy là một phần hình phạt mà họ phải hứng chịu vì đã chống nghịch Đức Chúa Trời đến một mức độ nghiêm trọng trong quá khứ.

Nhưng sau khisau-lơ thắng trận, người đã mang về những vật nuôi béo mập mà nói rằng ấy là để dâng lên cho Đức Chúa Trời. Người cũng cầm giữ vua A-ma-léc thay vì diệt đi. Người muốn khoe khoang chiến công mình. Người đã bất tuân vì cớ những ý tưởng xác thịt ra từ lòng tham và sự kiêu ngạo mình. Lòng tham và sự kiêu ngạo đã khiến người trở nên đui mù, người không ngừng làm theo những suy nghĩ xác thịt của mình để rồi cuối cùng phải chết thảm.

Nguyên nhân cơ bản của việc có suy nghĩ xác thịt ấy là chúng ta có những điều giả dối trong lòng. Nếu lòng chúng ta chỉ có những tri thức lẽ thật, chúng ta chẳng bao giờ có thể có những suy nghĩ xác thịt. Những ai chẳng có ý tưởng xác thịt nào sẽ tự nhiên chỉ có những ý tưởng thiêng liêng. Họ làm theo tiếng phán và sự dẫn dắt của Đức Thánh Linh, vì thế mà họ được Đức Chúa Trời yêu mến và kinh nghiệm được công việc của Ngài.

Vì vậy, điều nầy cho biết rằng chúng ta phải sốt sắng trong việc quăng xa những điều giả dối và đổ đầy cho mình với tri thức lẽ thật, đó là Lời Đức Chúa Trời. Đổ đầy tri thức lẽ thật không có nghĩa rằng chúng ta chỉ hiểu biết sự ấy bằng lý trí, mà phải đổ đầy và tu dưỡng lòng mình bởi Lời Đức Chúa Trời. Đồng thời chúng ta phải thay thế ý tưởng của mình bằng những ý tưởng thiêng liêng. Khi chúng ta tương tác với người khác hay nhìn thấy những sự kiện nhất định nào đó, chúng ta chẳng nên đưa ra phán xét hay buộc tội bởi những quan điểm riêng của mình, mà chúng ta phải cố gắng hiểu thấu họ trong lẽ thật. Chúng ta phải liên tục tra xét mình để biết chúng ta có cư xử với người khác bằng sự nhân từ, yêu thương, và thành tín trong từng giây từng phút hay không, hầu cho chúng ta có thể thay đổi. Bằng cách nầy chúng ta có thể lớn lên về thuộc linh.

Trau Dồi Mảnh Đất Tốt

Châm ngôn 4:23 nói rằng, *"Khá cẩn thận giữ tấm lòng của con hơn hết, Vì các nguồn sự sống do nơi nó mà ra."* Khúc Châm ngôn nầy nói rằng nguồn sự sống đem lại cho chúng ta sự sống đời đời ra từ tấm lòng. Chúng ta có thể gặt hái được bông trái chỉ sau khi chúng ta gieo hạt vào đất để rồi chúng có thể đâm chồi, trổ hoa, và kết trái. Cũng giống như vậy, chúng ta có thể sanh bông trái thuộc linh chỉ sau khi hạt giống Lời Đức Chúa Trời được gieo vào lòng chúng ta.

Lời Đức Chúa Trời, là nguồn sự sống, khi được gieo vào lòng chúng ta thì phát huy hai chức năng. Lời ấy cày bật rễ tội lỗi và sự giả dối khỏi lòng chúng ta và giúp sanh bông trái. Kinh thánh chứa đựng rất nhiều mạng lệnh, song các mạnh lệnh ấy đều rơi vào một trong bốn loại sau: Hãy làm, không được làm, hãy vâng giữ, và giữ bỏ những điều nhất định nào đó. Ví dụ, Kinh Thánh bảo chúng ta 'giữ bỏ' lòng tham và mọi điều ác. Bên cạnh đó, ví dụ về 'Không được làm' có thể là 'Chớ căm giận', hay 'chớ đóan xét.' Khi làm theo những mạng lệnh nầy, rễ tội lỗi sẽ được nhổ sạch khỏi lòng chúng ta. Ấy là Lời Đức Chúa Trời ngự vào lòng chúng ta và tu dưỡng lòng chúng ta thành mảnh đất tốt.

Nhưng nếu chỉ dừng lại ở việc cày đất thì cũng chỉ là việc làm vô ích. Chúng ta phải gieo mầm lẽ thật và nhân từ vào đất đã được cày hầu cho chúng ta có thể sanh chín bông trái Thánh Linh, và mang lấy Phước lành và tình yêu thiên thượng. Để sanh bông trái ấy là phải vâng theo các mạng lệnh truyền dạy chúng ta vâng giữ và làm theo những điều nhất định. Khi vâng giữ và làm theo các mạng lệnh của Đức Chúa Trời, chúng ta sẽ sanh nhiều bông trái.

Tiến trình rở nên con người thuộc linh, như đã để cập trong phần thứ nhất của chương nói về 'công cuộc Giáo hóa', cũng giống như việc tu dưỡng tấm lòng chúng ta. Chúng ta làm thay đổi từ đất hoang thành đất tốt bởi việc cày cấy, dọn sạch đá sỏi, nhổ sạch cỏ dại. Tương tự như vậy, chúng ta phải quăng xa mọi công việc của xác thịt và những sự thuộc về xác thịt trong việc làm theo Lời Đức Chúa Trời dạy bảo chúng ta về những điều 'Không được làm' và 'Hãy quăng xa.' Mỗi người đều có những loại gian ác khác nhau. Vì vậy, nếu chúng ta nhổ được rễ của sự ác mà chúng ta thấy khó loại bỏ nhất, hết thảy những điều ác gắn liền với sự ấy đều bị nhổ theo. Ví dụ, nếu một người có lòng ghen tị ghê gớm nhổ được rễ của lòng ghen tị đó, những sự ác khác gắn liền với lòng ghen tị đó như thù ghét, nói hành, lừa dối sẽ bị nhổ rễ chung với nó.

Một khi chúng ta nhổ được rễ chính của sự giận dữ, những sự ác khác như cáu ghét và thất vọng cũng bị nhổ rễ theo. Nếu cầu nguyện và cố gắng quăng xa sự giận dữ, Đức Chúa Trời sẽ ban ơn và thêm sức cũng như Đức Thánh Linh sẽ vùa giúp chúng ta để quăng xa sự đó. Khi chúng ta tiếp tục áp dụng Lời chân lý vào đời sống hàng ngày của mình, chúng ta sẽ có được sự đầy trọn của Đức Thánh Linh, còn sức mạnh của xác thịt sẽ bị suy yếu. Giả sử có người nổi giận mỗi ngày mười lần, nhưng khi tần suất được giảm xuống còn chín lần, bảy lần, rồi năm lần, cuối cùng không còn nữa. Khi làm như vậy, nếu chúng ta biến lòng mình thành mảnh đất tốt bằng cách quăng xa mọi bản tánh tội lỗi, tấm lòng nầy sẽ trở nên tấm lòng 'thiêng liêng.'

Trên hết mọi điều đó, chúng ta phải đặt để Lời chân lý dạy bảo chúng ta về những điều phải làm và vâng giữ, như yêu thương, tha thứ, phục vụ người khác, và giữ ngày Sa-bát. Ở đây, không phải chỉ sau khi chúng ta hoàn thành công việc quăng xa mọi điều giả dối thì chúng ta mới bắt đầu đổ đầy lẽ thật. Quăng xa sự giả dối và thay thế chúng bởi lẽ thật phải được thực hiện đồng thời. Một khi chỉ có lẽ thật trong lòng qua tiến trình nầy, chúng ta có thể được xem là một con người thuộc linh.

Một trong những điều mà chúng ta phải quăng xa để trở nên con người thuộc linh ấy là điều ác trong bản tánh của chúng ta. Đem so với đất, những sự ác nguyên thủy nầy giống như đặc tính của đất. Chúng lưu truyền từ cha mẹ đến con cái qua năng lượng sự sống hay còn gọi là 'sinh khí.' Vả lại, nếu chúng ta tiếp xúc và chấp nhận những điều ác trong quá trình trưởng thành của mình, bản tánh chúng ta càng trở nên gian ác hơn. Sự gian ác trong bản tánh chúng ta không lộ ra trong những hoàn cảnh thông thường, nên thật khó để nhận biết điều đó.

Vì vậy, cho dù chúng ta đã quăng xa mọi tội lỗi và điều ác là những thứ lộ diện rõ ràng, song việc quăng xa điều ác là thứ đã ăn sâu trong bản tánh chúng ta là việc chẳng dễn làm. Để làm được việc nầy, chúng ta phải sốt sắng cầu nguyện và nỗ lực để nhận biết và xa điều ấy.

Trong một số trường hợp, sau khi đến một giai đoạn nào đó sự trưởng thành tâm linh chúng ta bị đình trệ. Ấy là vì điều ác trong bản tánh chúng ta. Để nhổ sạch cỏ dại, chúng ta phải nhổ tận rễ, chứ không chỉ lá và thân. Đồng một thể ấy, chúng ta có thể có tấm lòng thiêng liêng chỉ sau khi chúng ta nhận biết và quăng xa sự ác nằm trong bản tánh chúng ta. Một khi chúng ta trở nên con người thuộc linh theo cách nầy, lương tâm chúng ta sẽ trở nên chân thật, và lòng chúng ta chỉ được đổ đầy bởi lẽ thật. Điều nầy có nghĩa là lòng chúng ta sẽ trở nên tấm lòng thiêng liêng.

Vết Tích của Xác Thịt

Con người thuộc linh chẳng hề có sự ác trong lòng, và vì lòng họ đầy dẫy Thánh Linh nên họ luôn hạnh phúc. Song chẳng phải là điều trọn vẹn. Họ vẫn còn có những 'vết tích của xác thịt.' Những vết tích của xác thịt có liên quan đến tính cách và bản tánh của mỗi người. Ví dụ, một số người thì chân thật, công bình và thẳng thắn, nhưng thiếu sự rộng lượng và lòng trắcc ẩn. Một số khác có thể đầy lòng yêu thương vui vẻ trong việc ban cho người khác, nhưng họ có thể quá dễ xúc động hoặc lời lẽ và cách cư xử của họ có thể thô lỗ.

Bởi vì những tính cách nầy vẫn còn tồn tại như những vết tích của xác thịt trong tính cách, những vết tích ấy vẫn còn ảnh hưởng đến họ ngay cả sau khi họ bước vào sự thiêng liêng. Cũng giống như những vết nhơ cũ trên quần áo. Màu ban đầu của nguyên liệu không thể hoàn toàn được phục hồi cho dù chúng ta có giặt tẩy mạnh đến mấy chăng nữa. Những vết tích của xác thịt không thể xem là điều ác, nhưng chúng ta phải quăng xa chúng và phải hoàn toàn được đổ đầy bởi chín bông trái Thánh Linh, nhờ đó chúng ta có thể trở nên thánh khiết trọn vẹn. Chúng ta có thể ví sánh một tấm lòng mà chẳng hề có sự giả dối nào với một đám ruộng được cày xới kỹ và gọi đó là tấm lòng 'thiêng liêng.' Khi hột giống được gieo vào đám ruộng lòng đã được cày xới kỹ và sanh nhiều bông trái thuộc linh, bấy giờ chúng ta có thể xem tấm lòng nầy là tấm lòng 'thánh khiết trọn vẹn.'

Khi Vua Đa-vít bước vào sự thiêng liêng, Đức Chúa Trời cho

phép xảy ra một thử thách xảy ra với người. Một ngày nọ Đa-vít truyền cho Giô-áp thực hiện một cuộc kiểm kê dân số. Có nghĩa là đếm số dân để biết có bao nhiêu người có thể ra chiến trận. Giô-áp biết rằng đây là việc không đúng đắn trước mặt Đức Chúa Trời nên đã cố gắng khuyên can để Vua không làm việc nầy. Song Đa-vít đã chẳng để tai đến. Kết quả, cơn thịnh nộ của Đức Chúa Trời đã giáng xuống, khiến rất nhiều người chết vì bệnh dịch hạch.

Đa-vít biết rất rõ ý muốn của Đức Chúa Trời, vậy làm thể nào người có thể gây ra một việc như vậy? Đa-vít đã từng bị Vua Sau-lơ truy sát trong một thời gian dài và đã từng nhiều lần đánh trận với dân Ngoại. Có lần người đã bị chính con ruột mình săn đuổi để lấy mạng. Nhưng sau một thời gian dài trôi qua, khi quyền lực chính trị của người đã trở nên vững vàng và sức mạnh quốc gia cũng đã lớn mạnh, người để tâm trí mình lơ đễnh và thoải mái. Bấy giờ người muốn khoe khoang dân số đông đúc của quốc gia mình.

Như trong Xuất Ê-díp-tô. 30:12 có chép, *"Khi nào ngươi điểm số dân Y-sơ-ra-ên đặng kê số, mỗi tên phải nộp tiền đền mạng mình cho Đức Giê-hô-va, hầu cho khỏi mắc tai nạn chi trong khi kê số."* Sau khi ra khỏi Ai-cập, Đức Chúa Trời đã truyền cho dân sự Y-sơ-ra-ên làm một cuộc tu bộ dân số, song là để thiết lập tổ chức dân sự. Mỗi người phải nộp tiền đền mạng mình cho Đức Giê-hô-va, điều nầy là để cho họ nhớ rằng mạng sống của mỗi người được tồn tại là nhờ có sự che chở của Đức Chúa Trời để khiến họ biết khiêm nhường. Kiểm kê dân số không phải là một công việc tội lỗi; điều nầy có thể được làm khi cần thiết. Nhưng Đức Chúa Trời muốn có sự khiêm nhường trước mặt Ngài và phải biết rằng thực tế sức mạnh của số dân đông là đến từ nơi Ngài.

Song Đa-vít đã cho kiểm kê dân số ngoài ý chỉ của Đức Chúa Trời. Điều cốt lõi trong việc nầy đã để lộ tấm lòng không nương cậy Đức Chúa Trời mà nương cậy loài người của Đa-vít, vì ông cho rằng có số dân đông là đồng nghĩa với việc có một đội quân hùng mạnh nên đất nước mình đã trở nên cường thịnh. Khi nhận ra điều sai trái của mình, Đa-vít liền ăn năn, song ông đã rơi vào sự thử thách lớn, bệnh dịch hạch đã giáng xuống khắp xứ Y-sơ-ra-ên khiến cho 70.000 người chết cùng một lúc.

Tất nhiên rất nhiều người chết không chỉ bởi sự kiêu ngạo của Đa-vít gây ra. Một vị vua có thể ban hành một điều tra dân số bất kỳ thời điểm nào, và ý định nầy không phải là tội lỗi. Vì vậy, theo quan điểm của con người, chúng ta không thể nói rằng ông ta đã phạm tội. Nhưng trong mắt của Đức Chúa Trời hoàn hảo, Ngài thấy rằng Đa-vít đã không hoàn toàn trông cậy nơi Ngài và ấy là sự kiêu ngạo.

Có những điều theo quan điểm của loài người thì không phải là gian ác, nhưng trong mắt của Đức Chúa Trời hoàn hảo, sự ấy được xem là điều ác. Đây là 'dấu vết xác thịt' còn lại sau khi con người được nên thánh. Đức Chúa Trời cho phép một thử thách như vậy xảy đến trên xứ Y-sơ-ra-ên qua Đa-vít để người trở nên trọn vẹn hơn bằng cach cắt bỏ khỏi người những dấu vết xác thịt như vậy. Nhưng lý do chính đã khiến cho dịch hạch giáng trên Y-sơ-ra-ên là vì tội lỗi của dân sự đã chọc giận Đức Chúa Trời. 2

Sa-mu-ên 24:1 có chép rằng, *"Cơn thạnh nộ của Đức Giê-hô-va lại nổi phừng cùng dân Y-sơ-ra-ên. Ngài giục lòng Đa-vít nghịch cùng chúng, mà rằng: Hãy đi tu bộ dân Y-sơ-ra-ên và Giu-đa.'"*

Vì vậy, trong dịch lệ, những người nhân từ đã có thể thoát khỏi án phạt và được cứu sống. Những kẻ chết là những người phạm đến những tội không thể chấp nhận được đối với Đức Chúa Trời. Nhưng Đa-vít đã than khóc rất nhiều và hết lòng ăn năn khi nhìn thấy cảnh chết chóc của dân sự vì cách cư xử của mình. Như vậy, Đức Chúa Trời đã bởi một sự việc mà nhằm hai mục đích. Ngài đoán phạt những kẻ có tội đồng thời mang đến Đa-vít sự tôi luyện.

Sau sự đoán phạt, Đức Chúa Trời cho phép Đa-vít dâng của lễ chuộc tội tại sân đập lúa của A-rau-na. Đa-vít đã làm theo những gì Đức Chúa Trời phán dặn. Ông đã chọn lấy nơi đó và bắt đầu chuẩn bị cho công việc dây dựng Đền Thờ, vì vậy chúng ta có thể thấy rằng người đã được phục hồi ân sủng của Đức Chúa Trời. Qua thử thách nầy, Đa-vít càng thêm hạ mình hơn nữa và ấy chính là một bước đi dẫn người đến với sự thánh khiết trọn vẹn.

Chứng Cứ về Sự Thánh Khiết Trọn Vẹn

Sẽ có những chứng cứ khi chúng ta đạt đến sự thánh khiết trọn vẹn, nghĩa là chúng ta sẽ sanh nhiều bông trái thiêng liêng. Nhưng điều nầy không có nghĩa chúng ta sẽ chẳng sanh ra bông trái cho đến khi đạt đến sự thánh khiết trọn vẹn. Những con người thuộc linh đều ở trong tiến trình sanh bông trái tình yêu thiên thượng, bông trái sự Sáng, chín bông trái Thánh Linh và các Phước Lành. Vì đang ở trong tiến trình sanh bông trái nên họ chưa sanh ra những bông trái nầy cách trọn vẹn. Mỗi con người thuộc linh đều có những cấp độ sanh bông trái thuộc linh khác nhau.

Ví dụ, nếu người nào tuân theo mạng lệnh Đức Chúa Trời truyền bảo về những điều phải phải 'vâng giữ' và 'quăng xa', thì sẽ chẳng hề có sự căm ghét hay cảm giác khó ở trong bất kỳ hoàn cảnh nào. Nhưng mức độ sanh bông trái giữa những con gười thuộc linh đều khác nhau, có liên quan đến mạng lệnh của Đức Chúa Trời truyền bảo chúng ta về những việc 'phải làm.' Ví dụ, Đức Chúa Trời bảo chúng ta hãy 'yêu thương.' Có một mức độ nào đó khi chúng ta chỉ đơn giản không ghét người khác trong khi có một mức độ khác mà chúng ta có thể khiến cảm động lòng người qua sự phục vụ tích cực. Hơn nữa, có một mức độ mà chúng ta thậm chí có thể hy sinh mạng sống mình cho người khác. Khi loại công việc nầy là công việc không thay đổi và hoàn hảo, ấy là lúc chúng ta đã tu dưỡng được sự thánh khiết trọn vẹn.

Cũng có sự khác nhau giữa mỗi người trong lượng bông trái Thánh Linh. Trong trường hợp những người thuộc linh, mỗi người có thể sanh một loại bông trái nhất định, đối với mức độ 50% so với sự viên mãn đầy trọn nhất và có loại bông trái khác đối với 70%. Người ta có thể dư dật trong tình yêu thương nhưng sự tự chế bản thân, hay rất trung tín nhưng thiếu sự nhu mì.

Nhưng đối với những người thánh khiết trọn vẹn, mỗi bông trái thánh linh mà họ sanh được đều ở mức độ trọn vẹn nhất. Lòng họ được Đức Thánh Linh làm chủ và cảm động cách hoàn toàn, vì vậy họ có sự hài hòa và thỏa lòng trong mọi sự. Họ có tấm lòng nóng cháy sự yêu thương cho công việc Chúa trong khi hoàn toàn làm chủ được bản thân để cư xử đúng mực trong mọi hoàn cảnh.

Họ dịu dàng và mềm mại như một miếng vải bông, song nghiêm trang và quyền uy như sư tử. Họ yêu thích tìm kiếm lợi ích cho người khác trong mọi sự và thậm chí hy sinh sự sống mình cho người khác, song họ chẳng hề thiên vị. Họ làm theo sự công chính của Đức Chúa Trời. Ngay cả khi Đức Chúa Trời truyền bảo họ làm một điều mà đối với khả năng của con người là không thể, họ chỉ một mực vâng theo với tấm lòng 'Amen.'

Bề ngoài, những việc làm vâng phục của cả những người thuộc linh và những người thánh khiết trọn vẹn có thể trông giống nhau, nhưng thật ra giữa chúng có sự khác nhau. Những người thuộc linh vâng phục vì cớ họ yêu mến Đức Chúa Trời, trong khi những người thánh khiết trọn vẹn vâng phục vì họ hiểu tấm lòng và toan định uyên thâm của Đức Chúa Trời. Những người thánh khiết trọn vẹn trở nên con cái thật của Đức Chúa Trời là những kẻ đẹp ý Ngài, đã đạt tới tầm thước trọn vẹn của Đấng Christ trong mọi phương diện. Họ theo đuổi sự nên thánh trong mọi sự, giữ sự hòa hiếu với mọi người, và trọn lòng trung tín trong nhà Chúa.

Trong 1 Tê-sa-lô-ni-ca 4:3 chúng ta được biết rằng, *"Vì ý muốn Đức Chúa Trời, ấy là khiến anh em nên thánh: tức là phải lánh sự ô uế."* Còn 1 Tê-sa-lô-ni-ca 5:23 thì nói rằng, *"Nguyền xin chính Đức Chúa Trời bình an khiến anh em nên thánh trọn vẹn, và nguyền xin tâm thần, linh hồn, và thân thể của anh em đều được giữ vẹn, không chỗ trách được, khi Đức Chúa Giê-su Christ chúng ta đến!."*

Sự hiện đến của Đức Chúa Giê-su Christ của chúng ta ý nói rằng Ngài sẽ đến để đem con cái Ngài đi trước khi Bảy Năm Đại Nạn xảy đến. Ấy là chúng ta phải trở nên thánh khiết trọn vẹn và giữ mình khỏi mọi sự ô uế để được gặp Chúa trước khi điều nầy xảy đến.

Phước Hạnh Được Ban Cho Những Người Thuộc Linh và Thánh Khiết Trọn Vẹn

Đối với những người thuộc linh, linh hồn họ được thịnh vượng, mọi sự người làm đều được thịnh vượng và được khỏe mạnh về phần thân thể (3 Giăng 1:2). Họ đã quăng xa ngay cả những điều ác trong tận sâu thẳm lòng mình, vì vậy họ là những con cái thánh khiết của Đức Chúa Trời theo đúng nghĩa, nhờ vậy mà họ có uy quyền thuộc linh như con cái của sự sáng.

Trước hết, họ khỏe mạnh và chẳng hề có bị bệnh tật. Một khi chúng ta bước vào sự thiêng liêng, Đức Chúa Trời che chở chúng ta khỏi mọi bệnh tật và tai họa, chúng ta được vui hưởng một đời sống khỏe mạnh. Ngay cả khi chúng ta trở về già, chúng ta cũng chẳng trở nên yếu đuối, già nua, nhăn nheo. Hơn nữa, nếu chúng ta trở nên thánh khiết trọn vẹn, ngay cả những vết nhăn cũng sẽ được thẳng ra. Họ sẽ được phục hồi sức lực và trở nên trẻ trung hơn.

Khi Áp-ra-ham vượt qua sự thử thách về việc dân Y-sác làm của hiến tế, người đã trở nên thánh khiết trọn vẹn; người tiếp tục sanh con thậm chí sau khi đã ở vào tuổi 140. Điều nầy có nghĩa rằng người đã làm cho trẻ lại. Ngoài ra, Môi-se là một người khiêm hòa hơn mọi kẻ ở thế gian, người đã làm việc đầy lòng nhiệt tình trong 40 năm kể từ khi được Đức Chúa Trời kêu gọi ở độ tuổi 80. Thậm chí khi người 120 tuổi, *"Vả, khi Môi-se qua đời, tuổi được một trăm hai mươi; mắt người không làng, sức người không giảm."* (Phục Truuyền. 34:7).

Thứ nhì, con người thuộc linh chẳng có sự ác trong lòng, nên kẻ thù ma quỷ và Sa-tan không thể đem gian nan thử thách đến trên họ. 1 Giăng 5:18 chép rằng, *"Chúng ta biết rằng ai sanh bởi Đức Chúa Trời, thì hẳn chẳng phạm tội; nhưng ai sanh bởi Đức Chúa Trời, thì tự giữ lấy mình, ma quỉ chẳng làm hại người được."* Kẻ thù ma quỷ và Sa-tan cáo buộc những kẻ xác thịt để mang thử thách hoạn nạn đến trên họ.

Gióp ban đầu đã ở vào tình trạng chưa quăng xa hết mọi sự ác ra khỏi bản tánh mình, vì vậy khi Sa-tan cáo buộc người trước mặt Đức Chúa Trời, Ngài đã cho phép hoạn nạn xảy đến. Khi Gióp trải qua những hoạn nạn thử thách ra từ sự cáo buộc của

Sa-tan ấy, người đã nhận biết sự ác của mình và ăn năn. Nhưng sau khi người đã quăng sự ác xa ăn sâu trong bản tánh mình và trở nên con người thuộc linh, Sa-tan không còn có thể cáo buộc người trước mặt Đức Chúa Trời được nữa. Vì vậy, Đức Chúa Trời đã ban phước cho người bội phần hơn những gì trước đây người đã có.

Thứ ba, con người thuộc linh nghe rõ tiếng phán và nhận được sự chỉ dẫn rõ ràng của Đức Thánh Linh, vì vậy họ được thịnh vượng mọi bề. Đối với những người thuộc linh, chính lòng họ đã trở nên lẽ thật, nên họ thật sự làm theo Lời Chúa. Mọi sự người làm đều theo lẽ thật. Họ nhận được sự thôi thúc rõ ràng từ Đức Thánh Linh và làm theo. Vả lại, nếu họ cầu nguyện cho điều gì xảy ra họ sẽ giữ vững đức tin cho đến khi sự cầu nguyện mình được nhậm.

Nếu chúng ta luôn vâng phục như vậy, Đức Chúa Trời sẽ dẫn dắt chúng ta và ban cho chúng ta sự khôn ngoan cùng sự hiểu biết. Nếu hoàn toàn phó hết mọi sự vào cánh tay của Đức Chúa Trời, Ngài sẽ che chở chúng ta dẫu chúng ta có lầm lạc không làm theo ý muốn Ngài; ngay cả nếu có hầm hố chờ sẵn phía trước, Ngài sẽ dẫn chúng ta đi đường vòng hay khiến mọi sự trở nên có ích.

Thứ tư, con người thuộc linh nhanh chóng nhận được mọi sự mình cầu xin; thậm chí còn được nhận lãnh ngay cả những điều chỉ mới suy tưởng đến trong lòng. 1 Giăng 3:21-22 nói rằng, *"Hỡi kẻ rất yêu dấu, ví bằng lòng mình không cáo trách,* *thì chúng ta có lòng rất dạn dĩ, đặng đến gần Đức Chúa Trời: và chúng ta xin điều gì mặc dầu, thì nhận được điều ấy, bởi chúng ta vâng giữ các điều răn của Ngài và làm những điều đẹp ý Ngài."* Phước hạnh nầy sẽ được ban đến trên họ.

Ngay cả những người chẳng có tri thức hay kỹ năng đặc biệt nào cũng có thể nhận lãnh không những phước hạnh thiêng liêng mà còn được ban phước hạnh vật chất dư dật miễn sao họ trở nên những con người thuộc linh, vì Đức Chúa Trời sắm sẵn mọi sự và dẫn dắt dắt họ.

Khi gieo ra và cầu xin bởi đức tin, chúng ta sẽ được ban phước nhận, lắc cho đầy tràn (Lu-ca 6:38), nhưng một khi trở nên thuộc linh, chúng ta sẽ gặt được 30 lần hơn, và sau khi trở nên thánh khiết trọn vẹn, chúng ta sẽ gặt được 60 hoặc 100 lần hơn. Những người thuộc linh và thánh khiết trọn vẹn có thể nhận lãnh được mọi sự ngay cả những điều mới chỉ suy nghĩ trong lòng.

Phước hạnh được ban cho những người thánh khiết trọn vẹn là những phước hạnh không thể tả được. Họ vui thích trong Chúa và Chúa vui thích trong họ, như có chép trong Thi Thiên 37:4, *"Hãy khoái lạc nơi Đức Giê-hô-va, Thì Ngài sẽ ban cho ngươi điều lòng mình ao ước."* Đức Chúa Trời luôn ở cùng và đáp ứng mọi nhu cầu của họ, kể cả tiền bạc, danh vọng, quyền lực, hay sức khỏe.

Ở mức độ riêng tư, những người như vậy sẽ chẳng cảm thấy thiếu gì, họ thật sự chẳng có gì để cầu xin cho chính mình. Vì vậy, họ luôn cầu nguyện cho vương quốc và sự công chính của

Đức Chúa Trời và cho những linh hồn chưa biết đến Chúa. Lời cầu nguyện của họ thật tốt đẹp và đầy hương thơm trước mặt Đức Chúa Trời vì ấy là sự nhân từ và thánh thiện, và là sự cầu nguyện cho những linh hồn. Vì vậy, Đức Chúa Trời rất lấy làm đẹp lòng.

Những người đã trở nên thánh khiết trọn vẹn bởi tình yêu thương mà cầu nguyện nhiệt thành cho những linh hồn, họ cũng có thể bày tỏ công việc lạ lùng như có chép trong Công Vụ. 1:8, *"Nhưng khi Đức Thánh Linh giáng trên các ngươi, thì các ngươi sẽ nhận lấy quyền phép, và làm chứng về ta tại thành Giê-ru-sa-lem, cả xứ Giu-đê, xứ Sa-ma-ri, cho đến cùng trái đất."* Như đã nói, những con người thuộc linh và thánh khiết trọn vẹn yêu thương Đức Chúa Trời hết mực và sống đẹp ý Ngài, họ nhận lãnh mọi phước hạnh đã hứa trong Kinh Thánh.

Chương 2
Kế Hoạch Ban Đầu của Đức Chúa Trời

Đức Chúa Trời chẳng muốn A-đam sống đời đời mà không biết gì về hạnh phúc, niềm vui, sự tạ ơn, và tình yêu đích thực.
Vì lý do này Ngài đã đặt để cây biết điều thiện và điều ác hầu cho cuối cùng A-đam có thể kinh nghiệm mọi điều xác thịt.

- Tại Sao Đức Chúa Trời Không Tạo Dựng Nên Con Người là Thần Linh?

- Tầm Quan Trọng của Ý Chí Tự Do và Vâng Giữ Trong Tâm Trí

- Mục Đích Tạo Dựng Nên Loài Người

- Đức Chúa Trời Muốn Được Vinh Hiển từ Con Cái Thật của Ngài

Công cuộc giáo hóa nhân loại là một tiến trình mà con người xác thịt được biến đổi thành con người thuộc linh. Nếu chúng ta chỉ đến hội thánh mà không hiểu sự thật nầy, thì chẳng có ý nghĩa gì. Có nhiều người đến hội thánh mà chẳng được tái sanh bởi Thánh Linh, nên họ chẳng có đảm bảo nào cho sự cứu rỗi mình. Mục đích đời sống đức tin của Cơ Đốc nhân là không những để được cứu rỗi, mà còn để phục hồi lại ảnh tượng của Đức Chúa Trời và dâng vinh hiển đời đời lên cho Ngài với tư cách là con cái thật.

Vậy, ý định ban đầu của Đức Chúa Trời trong việc tạo dựng nên A-đam là một loài sinh linh và điều khiển công cuộc giáo hóa nhân loại trên đất nầy là gì? Sáng thế ký 2:7-8 chép rằng, *"Giê-hô-va Đức Chúa Trời bèn lấy bụi đất nắn nên hình người, hà sanh khí vào lỗ mũi; thì người trở nên một loài sanh linh. Đoạn, Giê-hô-va Đức Chúa Trời lập một cảnh vườn tại Ê-đen, ở về hướng Đông, và đặt người mà Ngài vừa dựng nên ở đó."*

Đức Chúa Trời đã bởi lời phán Ngài mà tạo nên các từng trời

và trái đất. Nhưng trong trường hợp con người, Ngài đã dùng chính tay mình mà nặn nên loài người. Ngoài ra các thiên binh và thiên sứ trên Thiên đàng đều được tạo nên là những thần linh. Tuy nhiên, cho dù theo như đã định con người cuối cùng cũng sẽ sống trong thiên đàng ấy là điều không đúng. Đâu là lý do tại sao Đức Chúa Trời đã đảm nhận một tiến trình công phu và phức tạp của việc tạo dựng nên loài người từ bụi đất? Tại sao ngay từ đầu Ngài không tạo dựng họ là những thần linh? Ở đây có một kế hoạch đặc biệt của Đức Chúa Trời.

Tại Sao Đức Chúa Trời Không Tạo Dựng Nên Con Người là Thần Linh?

Nếu Đức Chúa Trời đã tạo dựng nên con người không phải từ bụi đất mà chỉ là thần linh, con người sẽ chẳng thể kinh nghiệm được bất kỳ sự gì về xác thịt. Nếu họ đã được dựng nên là thần linh, họ sẽ làm theo Lời Đức Chúa Trời và sẽ chẳng bao giờ ăn trái cây biết điều thiện và điều ác. Đặc tánh của đất có thể thay đổi tùy vào những gì người ta thêm vào nó. Lý do tại sao A-đam đã có thể bị hư đốn bất chấp thực tế rằng người đang sống trong một nơi thiêng liêng, điều nầy là vì người đã được tạo nên từ bụi đất. Nhưng không có nghĩa rằng người đã hư đốn ngay từ đầu.

Vườn Ê-đen là một nơi thiêng liêng là nơi đầy dẫy sinh lực của Đức Chúa Trời, do vậy, Sa-tan không thể gieo bất kỳ thuộc tính xác thịt nào vào lòng A-đam. Nhưng vì Đức Chúa Trời đã ban cho A-đam ý chí tự do, nếu muốn người sẽ có thể chấp nhận những điều xác thịt và người đã sẵn lòng làm như vậy. Mặc dù là một loài sinh linh, tánh xác thịt sẽ thâm nhập vào nếu người sẵn lòng chấp nhận nó. Sau một thời gian dài trôi qua, người đã để lòng đến sự cám dỗ của Sa-tan và chấp nhận những lạc thú của dục vọng.

Thật ra, lý do tại sao ngay từ đầu Đức Chúa Trời đã ban cho con người ý chí tự do ấy là vì mục đích của công cuộc giáo hóa nhân loại. Nếu Đức Chúa Trời đã không ban ý chí tự do cho A-đam, người chẳng bao giờ chấp nhận bất kỳ một sự gì thuộc về xác thịt. Điều nầy cũng có nghĩa rằng công cuộc giáo hóa nhân loại sẽ chẳng bao giờ xảy ra. Trong sự tiên liệu của Đức Chúa Trời dành cho loài người, công cuộc giáo hóa nhân loại phải xảy ra, và trong sự toàn tri Ngài, Đức Chúa Trời đã chẳng dựng nên A-đam là một vị thần.

Tầm Quan Trọng của Ý Chí Tự Do và Vâng Giữ Trong Tâm Trí

Sáng thế ký 2:17 có chép, *"...nhưng về cây biết điều thiện và điều ác thì chớ hề ăn đến; vì một mai ngươi ăn, chắc sẽ chết."* Như đã nói, có một sự tiên liệu sâu nhiệm của Đức Chúa Trời trong công việc tạo dựng nên A-đam từ bụi đất và ban cho người ý chí tự do. Ấy là để giáo hóa nhân loại. Loài người chỉ có thể trở nên con cái thật của Đức Chúa Trời sau khi trải qua tiến trình giáo hóa nhân loại.

Một trong những lý do khiến tội lỗi có thể thâm nhập vào

A-đam là vì người có ý chí tự do, nhưng lý do khác là người không vâng giữ Lời Đức Chúa Trời trong tâm trí mình. Giữ Lời Chúa là khắc ghi Lời Ngài trong lòng và làm theo mà chẳng hề có sự thay đổi.

Một số người cứ tái phạm những lỗi lầm tương tự trong khi đó những người khác phạm cùng một lỗi lầm đến hai lần. Điều nầy ra từ sự khác nhau giữa việc vâng giữ và không vâng giữ một điều gì đó trong tâm trí. Tội lỗi thâm nhập vào A-đam vì người chẳng nhận biết được tầm quan trọng của việc vâng giữ Lời Đức Chúa Trời trong tâm trí mình. Mặt khác, chúng ta có thể phục hồi lại tình trạng thuộc linh qua việc vâng giữ Lời Đức Chúa Trời trong tâm trí mình và làm theo. Ấy là tại sao việc vâng giữ Lời Đức Chúa Trời trong tâm trí chúng ta là rất quan trọng.

Đối với những người tâm linh đã bị chết vì cớ nguyên tội, nếu tin nhận Chúa Giê-su Christ và nhận Đức Thán Linh, tâm linh chết của họ sẽ được sống lại. Kể từ giờ khắc nầy, khi họ vâng giữ Lời Chúa trong tâm trí và làm theo trong đời sống mình, họ sẽ bởi Thánh Linh mà sanh thần linh trong mình. Họ sẽ nhanh chóng trưởng thành về thuộc linh. Vì vậy, vâng giữ Lời Đức Chúa Trời và làm theo một cách kiên định là công việc đóng vai trò rất quan trọng trong sự phục hồi tâm linh.

Mục Đích Tạo Dựng Nên Loài Người

Có rất nhiều thực thể thần linh trên Thiên Đàng, như các thiên sứ luôn vâng theo Đức Chúa Trời. Nhưng ngoại trừ một vài trường hợp rất hiếm hoi, chúng đều không có nhân tính.

Chúng không có ý chí tự do là điều mà chúng có thể tự chọn lựa để chia sẻ tình cảm mình. Đó là lý do tại sao Đức Chúa Trời đã tạo nên con người đầu tiên, A-đam, là một loài mà Ngài có thể chia sẻ tình yêu thật của mình.

Chỉ trong một khoảnh khắc, chúng ta có thể hình dung sự vui sướng của Đức Chúa Trời là thế nào trong khi Ngài tạo dựng nên A-đam. Nặn nên môi miệng người, Đức Chúa Trời muốn A-đam ngợi khen Ngài; tạo nên tai người, Đức Chúa Trời muốn A-đam lắng nghe tiếng phán Ngài và làm theo; tạo nên mắt người, Đức Chúa Trời muốn A-đam nhìn thấy và cảm nhận được vẻ đẹp của muôn loài mà Ngài đã tạo nên để dâng vinh hiển cho Ngài.

Mục đích tạo dựng nên loài người của Đức Chúa Trời là để họ ngợi khen, tôn vinh Ngài và để chia sẻ tình yêu với họ. Ngài muốn có những con cái để chia sẻ vẻ đẹp của hết thảy những tạo vật trong vũ trụ và trong Thiên đàng. Ngài muốn vui hưởng hạnh phúc với họ đến đời đời.

Sách Khải Huyền cho chúng ta thấy những con cái của Đức Chúa Trời là những kẻ được cứu ngợi khen và thờ phượng trước ngai của Đức Chúa Trời cho đến đời đời. Khi được vào Thiên đàng, đây sẽ là nơi xinh đẹp và vui mừng đến mức họ chỉ biết ca ngợi và thờ phượng Đức Chúa Trời tự tấm lòng mình vì sự thật về sự tiên liệu của Đức Chúa Trời là quá sâu nhiệm và bí ẩn.

Con người được tạo dựng nên là một loài sinh linh nhưng đã trở nên con người xác thịt. Song nếu họ lại trở nên con người thuộc linh sau khi kinh nghiệm được đủ thứ vui mừng, giận dữ, yêu thương, và buồn rầu, họ có thể trở nên con cái của Đức Chúa Trời là những kẻ dâng lên Ngài tình yêu, sự tạ ơn, và vinh hiển tự đáy lòng mình.

Khi A-đam còn sống trong Vườn Ê-đen, người không thể được xem là con cái thật của Đức Chúa Trời. Ngài chỉ dạy cho người sự nhân từ và lẽ thật, vì vậy người chẳng hề biết tội lỗi và sự ác là gì. Người không biết gì về sự bất hạnh và đau đớn. Vườn Ê-đen là một nơi thiêng liêng, ở đây chẳng hề có sự hư nát và sự chết.

Vì vậy A-đam đã không hiểu được ý nghĩa của sự chết. Mặc dù sống trong một nơi rất dư dật và sung túc, người chẳng thể cảm nhận được hạnh phúc, niềm vui và sự biết ơn đích thực. Vì người chưa từng kinh nghiệm được bất kỳ sự buồn rầu hay bất hạnh nào, người không thể cảm nhận được một cách tương đối về niềm vui hay hạnh phúc thật sự. Người chẳng hề biết thù ghét là gì, nên người cũng chẳng hiểu thế nào là tình yêu đích thực. Đức Chúa Trời chẳng muốn A-đam sống đời đời mà không biết gì về hạnh phúc, vui mừng, lòng biết ơn, và tình yêu chân thật. Đó là lý do tại sao Đức Chúa Trời đã đặt để cây biết điều thiện và điều ác trong Vườn Ê-đen, vì vậy cuối cùng A-đam cũng đã kinh nghiệm được về những sự xác thịt.

Khi những con người đã kinh nghiệm được thế gian phàm tục nầy rồi lại trở nên con cái của Đức Chúa Trời, bấy giờ chắc chắn họ sẽ hiểu được sự tốt đẹp của tâm linh là thế nào. Họ có thể dâng lên Đức Chúa Trời lời tạ ơn chân thành vì đã ban cho họ sự sống đời đời. Một khi hiểu được tấm lòng nầy của Đức

Chúa Trời, chúng ta sẽ chẳng thắc mắc về ý định của Đức Chúa Trời về việc Ngài đã đặt để cây biết điều thiện và điều ác rồi khiến cho loài người phải đau khổ vì sự đó. Nhưng chúng ta sẽ dâng lời tạ ơn và tôn vinh Ngài vì đã ban Con một của Ngài là Chúa Giê-su để cứu rỗi nhân loại.

Đức Chúa Trời Muốn Được Vinh Hiển từ Con Cái Thật của Ngài

Đức Chúa Trời trưởng dưỡng loài người không những để có những con cái thật mà còn để được vinh hiển qua họ. Ê-sai 43:7 có chép rằng, *"...tức là những kẻ xưng bằng tên ta, ta đã dựng nên họ vì vinh quang ta; ta đã tạo thành và đã làm nên họ."* Ngoài ra, 1 Cô-rinh-tô 10:31 cũng nói rằng, *"Vậy, anh em hoặc ăn, hoặc uống, hay là làm sự chi khác, hãy vì sự vinh hiển Đức Chúa Trời mà làm."*

Đức Chúa Trời là yêu thương và công bình. Ngài không những sắm sẵn Thiên Đàng và sự sống đời đời cho chúng ta mà còn ban Con một của Ngài để cứu chúng ta. Chỉ có vậy thôi, Đức Chúa Trời cũng đã xứng đáng được tôn vinh. Lý do cơ bản mà Đức Chúa Trời muốn được tôn vinh ấy là để ban lại sự vinh hiển cho những ai tôn vinh Ngài. Giăng 13:32 chép rằng, *"... Đức Chúa Trời cũng sẽ làm cho Con Người vinh hiển nơi chính mình Ngài, và Ngài sẽ kíp làm cho vinh hiển."*

Khi Đức Chúa Trời được vinh hiển qua chúng ta, Ngài ban cho chúng ta những phước hạnh dư đầy trên đất nầy, và Ngài cũng ban cho chúng ta sự vinh quang đời đời nơi vương quốc

Thiên đàng. 1 Cô-rinh-tô 15:41 nói rằng, *"Vinh quang của mặt trời khác, vinh quang của mặt trăng khác, vinh quang của ngôi sao khác; vinh quang của ngôi sao nầy với vinh quang của ngôi sao kia cũng khác."*

Điều nầy cho chúng ta biết về sự khác nhau giữa những nơi ở và vinh quang của mỗi một chúng ta là những người được cứu sẽ được vui hưởng trong vương quốc Thiên đàng. Những nơi ở trên thiên đàng và vinh quang được ban cho sẽ được phán quyết tùy theo chúng ta đã quăng xa tội lỗi được bao nhiêu để có tấm lòng trong sáng và thánh khiết và chúng ta trung tín như thế nào trong việc phục vụ vương quốc Đức Chúa Trời. Một khi đã được ban cho thì những thứ ấy không thể bị thay đổi.

Đức Chúa Trời tạo dựng nên loài người để có những con cái thật là những kẻ thuộc về thần linh. Kế hoạch ban đầu của Đức Chúa Trời ấy là để cho con người bởi ý chí tự do mình mà lựa chọn quăng xa bản tánh xác thịt và tâm hồn là những thứ thuộc về sự giả dối biến đổi thành con người thuộc linh và thánh khiết trọn vẹn. Ý định ban đầu nầy của Đức Chúa Trời trong việc tạo dựng và trưởng dưỡng loài người sẽ được hoàn thành qua những con người trở nên thuộc linh và thánh khiết trọn vẹn.

Ngày nay, chúng ta thiết nghĩ có bao nhiêu người sống xứng đáng với mục đích tạo dựng nên loài người của Đức Chúa Trời? Nếu chúng ta thật sự hiểu được mục đích của Đức Chúa Trời trong việc tạo dựng nên loài người, chắc chắn chúng ta sẽ được phục hồi ảnh tượng đã mất của Đức Chúa Trời vì cớ tội lỗi của

220

A-đam. Chúng ta sẽ nhìn, nghe, và nói chỉ trong lẽ thật, tất cả ý tưởng và việc làm của chúng ta sẽ là những ý tưởng và việc làm thánh khiết và trọn vẹn. Đây là con đường để trở nên con cái thật của Đức Chúa Trời là những kẻ dâng lên Ngài niềm vui lớn hơn niềm vui mà Ngài đã có sau khi tạo dựng nên A-đam con người đầu tiên. Những con cái thật của Đức Chúa Trời sẽ vui hưởng vinh quang trên Thiên đàng là điều mà A-đam, một loài sinh linh đã được vui hưởng trong Vườn Ê-đen không thể sánh được!

Chương 3
Loài Người Đích Thực

Đức Chúa Trời đã tạo dựng nên loài người theo ảnh tượng của Ngài.
Ý muốn tha thiết của Đức Chúa Trời dành cho loài người là phục hồi lại ảnh tượng đã mất của Ngài để dự phần vào bản tánh thiêng liêng Ngài.

- Trọn Bổn Phận của Con Người

- Đức Chúa Trời Đồng Đi cùng Hê-nóc

- Áp-ra-ham Bạn của Đức Chúa Trời

- Môi-se Yêu Mến Dân Sự Hơn Chính Mạng Sống Mình

- Sứ Đồ Phao-lô Tỏ Ra Giống Đức Chúa Trời

- Ngài Gọi Họ Là Thần

Nếu chúng ta làm theo Lời Đức Chúa Trời, chúng ta có thể phục hồi tâm linh chứa đầy lẽ thật như A-đam đã từng có khi người còn là một loài sinh linh trước khi phạm tội. Trọn bổn phận của con người ấy là phục hồi lại ảnh tượng đã mất vì cớ tội của A-đam và dự phần vào bản tánh thiêng liêng của Đức Chúa Trời. Qua Kinh thánh chúng ta được biết rằng những kẻ nhận lãnh Lời Đức Chúa Trời và rao truyền Lời ấy, những kẻ nói ra sự kín nhiệm của Đức Chúa Trời, và những ai bày tỏ quyền năng Đức Chúa Trời để làm chứng về Đức Chúa Trời hằng sống, được xem là những người rất cao trọng đến mức ngay cả vua chúa cũng cúi chào trước họ. Điều nầy là vì họ là con cái thật của Đức Chúa Trời là Đấng Tối Cao (Thi Thiên 82:6).

Nê-bu-cát-nết-sa vua nước Ba-by-lôn một ngày nọ thấy một giấc chiêm bao đã khiến người trở nên lo lắng. Người cho gọi các thuật sĩ và người canh đê đến để nói cho người biết về giấc chiêm bao đó và sự thông giải mà chính người không nói cho họ biết về chim bao mình đã thấy. Đối với năng lực của con người thì điều nầy là không thể nhưng chỉ có thể đối với Đức Chúa Trời là Đấng không sống trong thân thể loài người.

Bấy giờ Đa-ni-ên là người của Đức Chúa Trời, đã yêu cầu vua cho ông có thời gian để tỏ cho người biết sự thông giải về giấc chiêm bao người. Đức Chúa Trời đã tỏ cho Đa-ni-ên biết về nhũnh sự kín nhiệm trong một đêm qua sự hiện thấy. Đa-ni-ên đến gặp vua và tâu cùng người về giấc chiêm bao và sự thông giải. Vua Nê-bu-cát-nết-sa đã sấp mình xuống đất để bày tỏ sự tôn kính đối với Đa-ni-ên, và truyền lệnh dâng hương thơm cho người và cũng tôn vinh Đức Chúa Trời nữa.

Trọn Bổn Phận của Con Người

Vua Sa-lô-môn đã được vui hưởng sự xa hoa và sung túc hơn bất kỳ người nào. Dựa trên vương quốc thống nhất mà Đa-vít cha người đã thiết lập, sức mạnh của đất nước người ngày càng lớn mạnh nên có rất nhiều nước lân bang đã triều cống cho người. Vào thời người trị vì, vương quốc đã đạt đến đỉnh điểm huy hoàng (1 Các Vua 10).

Nhưng rồi thời gian trôi qua, người đã quên đi ân sủng của Đức Chúa Trời. Người tưởng rằng mọi thứ đều bởi chính năng lực mình mà ra. Người sao lãng Lời Đức Chúa Trời và phạm đến mạng lệnh mà Ngài cấm kết hôn với dân Ngoại. Những ngày cuối đời, người đã lấy rất nhiều vợ lẽ dân Ngoại. Hơn thế nữa người đã thiết lập nhiều nơi cao theo mong muốn của những bà vợ lẽ dân Ngoại, rồi chính người cũng đã thờ lạy thần tượng.

Đức Chúa Trời đã hai lần cảnh báo người chớ đi theo bất kỳ một thần ngoại bang nào, song Sa-lô-môn đã chẳng nghe theo. Cuối cùng, cơn thạnh nộ của Đức Chúa Trời đã giáng trên họ trong thế hệ tiếp theo, vương quốc Y-sơ-ra-ên đã bị chia đôi. Người đã có thể có bất kỳ điều gì mình muốn, nhưng vào cuối đời người đã xưng nhận rằng, *"Hư không của sự hư không, hư không của sự hư không, thảy đều hư không"* (Truyền Đạo 1:2). Người đã nhận ra rằng mọi sự trên đời nầy đều vô nghĩa, và kết luận rằng, *"Chúng ta hãy nghe lời kết của lý thuyết nầy: Khá kính sợ Đức Chúa Trời và giữ các điều răn Ngài; ấy là trọn phận sự của ngươi"* (Truyền Đạo 12:13). Người nói rằng trọn phận sự của con người là kính sợ Đức Chúa Trời và giữ các điều răn Ngài.

Điều nầy có ý nghĩa gì? Kính sợ Đức Chúa Trời là ghét điều ác (Châm ngôn 8:13). Những kẻ yêu mến Đức Chúa Trời sẽ quăng xa những điều ác và vâng giữ các điều răn Ngài. Bằng cách nầy người ta làm trọn phận sự của con người. Chúng ta có thể trở nên con người trọn vẹn khi chúng ta tu dưỡng một tấm lòng hoàn toàn giống Chúa để phục hồi ảnh tượng của Đức Chúa Trời. Kế đến, chúng ta hãy đi sâu vào một số tấm gương của các bậc tổ phụ và những con người làm đẹp ý Chúa bởi đức tin thật của mình.

Đức Chúa Trời Đồng Đi cùng Hê-nóc

Đức Chúa Trời đồng hành cúng Hê-nóc trong ba trăm năm và cất người đi trong lúc người còn đương sống. Tiền công của tội lỗi là sự chết, và sự thật là Hê-nóc đã được cất lên trời mà chẳng hề thấy sự chết của mình là bằng chứng cho thấy rằng Đức Chúa Trời đã chứng giám người là vô tội. Người đã tu dưỡng một tấm lòng không tì vết là tấm lòng giống tấm lòng Đức Chúa

Trời. Bởi vậy Sa-tan đã không thể cáo buộc người về bất kỳ điều gì khi người được cất đi trong lúc còn đương sống.

Sáng thế ký 5:21-24 có chép rằng: *"Hê-nóc được sáu mươi lăm tuổi, sanh Mê-tu-sê-la. Sau khi Hê-nóc sanh Mê-tu-sê-la rồi, đồng đi cùng Đức Chúa Trời trong ba trăm năm, sanh con trai con gái. Vậy, Hê-nóc hưởng thọ được ba trăm sáu mươi lăm tuổi. Hê-nóc đồng đi cùng Đức Chúa Trời, rồi mất biệt, bởi vì Đức Chúa Trời tiếp người đi."*

'Đồng đi cùng Đức Chúa Trời' có nghĩa rằng Đức Chúa Trời luôn ở cùng người ấy. Hê-nóc đã làm theo ý muốn của Đức Chúa Trời trong ba trăm năm. Đức Chúa Trời đã ở cùng người bất kỳ nơi nào người đặt chân đến.

Đức Chúa Trời là sự Sáng, nhân từ, và yêu thương. Đồng đi cùng một Đức Chúa Trời như vậy, chúng ta không được có một sự tối tăm nào trong lòng mình, và chúng ta phải được đổ đầy bởi tình yêu thương và sự nhân từ. Hê-nóc đã sống trong một thế giới tội lỗi, song người đã giữ mình trong sạch. Người cũng rao truyền sứ điệp của Đức Chúa Trời cho thế gian. Giu-đe 1:14-15 nói rằng, *"Ấy cũng vì họ mà Hê-nóc, là tổ bảy đời kể từ A-đam, đã nói tiên tri rằng: Nầy, Chúa ngự đến với muôn vàn thánh đặng phán xét mọi người, đặng trách hết thảy những người không tin kính về mọi việc không tin kính họ đã phạm, cùng mọi lời sỉ hổ mà những kẻ có tội không tin kính đó đã nói nghịch cùng Ngài."* Như đã chép, người đã cho chúng ta biết về sự hiện đến Lần Thứ Hai của Chúa và sự Phán xét.

Kinh Thánh chẳng nói gì về những thành tích to lớn của Hê-nóc hay người đã làm điều gì cho Đức Chúa Trời. Song Đức Chúa Trời đã rất mực yêu mến người vì người đã tôn kính Ngài, sống thánh khiết và tránh mọi điều ác. Ấy là tại sao Đức Chúa Trời đã cất người đi lúc còn 'tuổi trẻ'. Con người thời bấy giờ sống hơn 900 tuổi còn người đã được cất đi năm 365 tuổi. Lúc ấy người còn đang tuổi trẻ và đầy sinh lực.

Hê-bơ-rơ 11:5 chép rằng, *"Bởi đức tin, Hê-nóc được cất lên và không hề thấy sự chết; người ta không thấy người nữa, vì Đức Chúa Trời đã tiếp người lên. Bởi chưng trước khi được tiếp lên, người đã được chứng rằng mình ở vừa lòng Đức Chúa Trời rồi."*

Ngay cả ngày nay, Đức Chúa Trời cũng mong muốn chúng ta sống thánh khiết và tin kính với tấm lòng trong sáng và nhân từ chẳng bị ô uế bởi thế gian hầu cho Ngài có thể đồng bước đi cùng chúng ta luôn.

Áp-ra-ham Bạn của Đức Chúa Trời

Qua Áp-ra-ham – 'tổ phụ đức tin', Đức Chúa Trời mong muốn loài người nhận biết con cái thật của Ngài là những người như thế nào. Áp-ra-ham được gọi là 'nguồn phước' và 'bạn của Đức Chúa Trời.' Bạn hữu là một người mà chúng ta có thể tin cậy và chia sẻ những điều sâu kín. Đương nhiên, đã có những lúc tôi luyện để người có thể được Đức Chúa Trời tin cậy hoàn toàn. Vậy, làm thế nào Áp-ra-ham đã có thể được công nhận là bạn hữu của Đức Chúa Trời?

Áp-ra-ham luôn vâng phục Đức Chúa Trời trong mọi hoàn cảnh. Khi lần đầu nghe tiếng Đức Chúa Trời gọi ra khỏi quê hương mình, người liền vâng theo mà chẳng biết mình đi đâu. Ngoài ra, Áp-ra-ham còn là người tìm kiếm lợi ích cho người khác và theo đuổi sự hòa hiếu. Người sống cùng cháu ruột mình là Lót, khi phải chia lìa nhau, người đã trao quyền lựa chọn đất cho cháu mình trước. Lẽ ra người có quyền chọn trước vì người là bác, nhưng người đã nhượng bộ.

Trong Sáng thế ký 13:9 Áp-ra-ham nói rằng, *"Toàn xứ há chẳng ở trước mặt ngươi sao? Vậy, hãy lìa khỏi ta; nếu ngươi lấy bên tả, ta sẽ qua bên hữu; nếu ngươi lấy bên hữu, ta sẽ qua bên tả."*

Vì Áp-ra-ham có một tấm lòng nhân từ như vậy, Đức Chúa Trời một lần nữa hứa ban phước cho người. Trong Sáng thế ký 13:15-16, Đức Chúa Trời hứa rằng, *"...Vì cả xứ nào ngươi thấy, ta sẽ ban cho ngươi và cho dòng dõi ngươi đời đời. Ta sẽ làm cho dòng dõi ngươi như bụi trên đất; thế thì, nếu kẻ nào đếm đặng bụi trên đất, thì cũng sẽ đếm đặng dòng dõi ngươi vậy."*

Một ngày nọ, một lực lượng liên minh của nhiều vua tấn công Sô-đôm và Gô-mô-rơ nơi Lót cháu của Áp-ra-ham đang sống rồi bắt lấy người và thu chiến lợi phẩm. Áp-ra-ham đã dẫn người được huấn luyện sinh ra trong nhà mình, 318 người trong số họ, và đuổi theo cho đến xứ Đan. Ông đã mang về tất cả những đồ đạc, cũng đem Lót cháu mình cùng tài bị cướp và những kẻ bị bắt trở về.

Bấy giờ, vua Sô-đôm muốn ban chiến lợi phẩm cho Áp-ra-ham để tỏ lòng biết ơn người, song Áp-ra-ham đáp rằng, *"Hễ của chi thuộc về vua, dầu đến một sợi chỉ, hay là một sợi dây giày đi nữa, tôi cũng chẳng hề lấy; e vua nói được rằng: Nhờ ta làm cho Áp-ram giàu có"* (Sáng thế ký 14:23). Nhận của cải từ vua không phải là một việc bất chính, nhưng người đã khước từ sự ban cho của vua để chứng tỏ rằng mọi phước hạnh về của cải mình đều đến từ Đức Chúa Trời. Người chỉ tìm kiếm sự vinh hiển của Đức Chúa Trời với tấm lòng trong sáng và chẳng hề có những toan tính riêng tư, nên Đức Chúa Trời đã ban phước dư dật cho người.

Khi Đức Chúa Trời truyền cho Áp-ra-ham dâng con mình là Y-sác để làm một của lễ thiêu, người liền vâng phục ngay, vì người tin rằng Đức Chúa Trời có thể khiến kẻ chết sống lại. Cuối cùng, Đức Chúa Trời đã lập người làm tổ phụ đức tin, mà phán rằng, *"sẽ ban phước cho ngươi, thêm dòng dõi ngươi nhiều như sao trên trời, đông như cát bờ biển, và dòng dõi đó sẽ chiếm được cửa thành quân nghịch. Bởi vì ngươi đã vâng theo lời dặn ta, nên các dân thế gian đều sẽ nhờ dòng dõi ngươi mà được phước"* (Sáng thế ký 22:17-18). Hơn thế nữa, Đức Chúa Trời hứa cùng người rằng Con của Đức Chúa Trời là Chúa Giê-su, Đấng Cứu Thế của nhân loại, sẽ ra từ dòng dõi người.

Giăng 15:13 nói rằng, *"Chẳng có sự yêu thương nào lớn hơn là vì bạn hữu mà phó sự sống mình."* Áp-ra-ham sẵn sàng dâng con một của mình là Y-sác, là người mà thậm chí còn quý hơn cả mạng sống mình, qua đó thể hiện tình yêu mình đối cùng

Đức Chúa Trời. Ngài đã lập Áp-ra-ham làm một tấm gương cho công cuộc giáo hóa nhân loại bằng cách gọi người là bạn của Đức Chúa Trời vì đức tin và tình yêu lớn lao của người dành cho Ngài.

Đức Chúa Trời là toàn năng nên Ngài có thể làm mọi sự và ban cho chúng ta mọi sự. Song Ngài ban phước và nhậm lời cầu nguyện con cái mình tùy theo mức độ họ đã được thay đổi bởi lẽ thật trong công cuộc giáo hóa nhân loại, hầu cho họ có thể cảm nhận được tình yêu của Đức Chúa Trời với lòng tạ ơn về những phước lành của Ngài.

Môi-se Yêu Mến Dân Sự Hơn Chính Mạng Sống Mình

Khi Môi-se còn một hoàng tử của xứ Ai-cập, người đã giết chết một người Ê-díp-tô để bênh vực dân mình, để rồi người phải trốn khỏi cung điện của Pha-ra-ôn. Từ đó người đã sống trong đồng vắng và làm nghề chăn bầy trong bốn mươi năm.

Môi-se đã phải ở trong vị trí thấp kém chăm bầy trong đồng vắng Ma-đi-an, người đã từ bỏ mọi thứ hãnh diện và sự công bình riêng mà mình đã từng có khi còn là một hoàng tử của xứ Ai-cập. Đức Chúa Trời đã hiện ra trước Môi-se khiêm nhường nầy và trao cho người trách nhiệm dẫn dắt dân sự Y-sơ-ra-ên ra khỏi Ê-díp-tô. Môi-se đã phải mạo hiểm đến sự sống mình nếu làm điều đó, nhưng ông đã vâng lời mà đến trước mặt Pha-ra-ôn.

Nếu nghĩ đến cách ăn ở của dân sự Y-sơ-ra-ên, chúng ta thấy tấm lòng của Môi-se rộng lượng biết bao khi người đã chấp nhận và yêu thương hết thảy những con người như vậy. Mỗi khi gặp khó khăn, dân sự lằm bằm nghịch cùng Môi-se và thậm chí còn tìm cách ném đá người.

Khi thiếu nước uống, họ phàn nàn vì khát nước. Khi có nước rồi, họ phàn nàn rằng họ không có đồ ăn. Khi Đức Chúa Trời ban ma-na cho họ, thì họ phàn nàn rằng họ không có thịt để ăn. Họ nói rằng mình đã từng có những vật tốt để ăn khi còn ở xứ Ê-díp-tô, họ hạ phẩm giá của ma-na mà cho rằng ấy là thức ăn tồi tàn.

Cuối cùng, khi Đức Chúa Trời xoay mặt khỏi họ, những con rắn trong đồng vắng đã hiện ra và cắn họ. Nhưng rồi bởi rối rối sự cầu nguyện tha thiết của Môi-se, Đức Chúa Trời cũng đã cứu họ. Trong một thời gian dài, dân sự đã tận mắt nhìn thấy Đức Chúa Trời đồng hành cùng Môi-se, nhưng chẳng bao lâu khi Môi-se không còn ở trước mặt họ, họ liền làm tượng bò vàng để thờ lạy nó. Họ còn bị những người nữ dân Ngoại phỉnh dụ để phạm tội ngoại tình, đó cũng là sự ngoại tình thuộc linh. Môi-se đã đổ nước mắt ra trước mặt Đức Chúa Trời mà cầu thay cho dân sự. Ông đặt sự sống mình làm tài sản thế chấp cho sự tha thứ họ, mặc dù họ là những kẻ vô ơn.

Xuất Ê-díp-tô 32:31-32 chép rằng:

Vậy, Môi-se trở lên đến Đức Giê-hô-va mà thưa rằng: "Ôi! Dân sự nầy có phạm một tội trọng, làm cho mình các thần bằng vàng; nhưng bây giờ xin

Chúa tha tội cho họ! Bằng không, hãy xóa tên tôi khỏi
sách Ngài đã chép đi!"

Ở đây, 'xóa tên khỏi sách Ngài đã chép' có nghĩa rằng ông sẽ không được cứu và sẽ chịu đau đớn đời đời nơi lửa Địa ngục, đó là sự chết đời đời. Môi-se biết rõ điều nầy, nhưng người muốn dân sự được tha thứ ngay cả khi phải hy sinh chính mình theo cách như vậy.

Đức Chúa Trời sẽ cảm thấy thế nào khi nhìn thấy một Môi-se như vậy? Môi-se thấu hiểu tấm lòng của Đức Chúa Trời là Đấng ghét tội lỗi nhưng muốn cứu những kẻ có tội, nên Ngài đã đẹp lòng và rất mực yêu thương người. Đức Chúa Trời đã nhậm lời cầu nguyện của Môi-se là sự cầu nguyện bởi tình yêu thương nên dân sự Y-sơ-ra-ên đã thoát khỏi sự hủy diệt.

Hãy tưởng tượng ở một bên có một viên kim cương. Ấy là một viên kim cương hoàn hảo và cỡ bằng một nắm tay. Bên kia có hàng ngàn viên đá có cùng kích cỡ. Thử hỏi cái nào quý giá hơn? Bất kể có bao nhiêu hòn đá ở đó, sẽ chẳng ai đem viên kim cương ra mà đổi lấy chúng. Cũng giống như vậy, giá trị của Môi-se, một con người làm trọn mục đích của công cuộc cuộc giáo hóa nhân loại, sẽ có giá trị hơn hàng triệu kẻ không đáp ứng được điều đó (Xuất Ê-díp-tô 32:10).

Dân Số ký 12:3 nói về Môi-se rằng *"Vả, Môi-se là người rất khiêm hòa hơn mọi người trên thế gian."* còn Dân Số ký 12:7 Đức Chúa Trời đảm bảo cho người mà rằng, *"Tôi tớ Môi-se ta không có như vậy, người thật trung tín trong cả nhà ta."*

Rất nhiều nơi trong Kinh Thánh cho chúng ta biết Đức Chúa Trời đã yêu mến Môi-se là thể nào. Xuất Ê-díp-tô. 33:11 nói rằng, *"Đức Giê-hô-va đối diện phán cùng Môi-se, như một người nói chuyện cùng bạn hữu mình."* Trong chương nầy chúng ta còn thấy Môi-se cầu xin Chúa tỏ chính mình Ngài cho người và đã được nhậm lời.

Sứ Đồ Phao-lô Tỏ Ra Giống Đức Chúa Trời

Sứ đồ Phao-lô đã làm việc trọn đời vì Chúa song vẫn luôn đau lòng về quá khứ mình, vì ông đã từng bắt bớ Chúa. Vì vậy, ông luôn dâng lời tạ ơn và sẵn lòng đón nhận mọi thử thách khắc nghiệt mà rằng, *"Vì tôi là rất hèn mọn trong các sứ đồ, không đáng gọi là sứ đồ, bởi tôi đã bắt bớ Hội thánh của Đức Chúa Trời"* (1 Cô-rinh-tô 15:9).

Ông đã bị bỏ tù, bị đánh đập không kể xiết, thường suýt chết. Năm lần bị người Giu-đa đánh ba mươi chín roi. Ba lần bị đánh đòn, một lần bị ném đá, ba lần bị đắm tàu, từng ở dưới biển một ngày đêm. Ông từng có những chuyến đi thường xuyên, nguy hiểm trên sông, nguy hiểm do trộm cướp, nguy hiểm từ chính đồng bào của mình, nguy hiểm từ các dân ngoại, nguy hiểm trong thành phố, nguy hiểm trong nơi hoang dã, nguy hiểm trên biển, nguy hiểm giữa các anh em giả dối; ông đã từng lao động khó nhọc, trải qua nhiều đêm không ngủ, đói khát, thường không có thức ăn, lạnh lẽo và chịu tác hại bởi thời tiết.

Sự đau đớn của ông đến mức ông đã nói trong 1 Cô-rinh-tô 4:9, *"Vì chưng Đức Chúa Trời dường đã phơi chúng tôi là các sứ đồ ra, giống như kẻ sau rốt mọi người, giống như tù phải tội chết, làm trò cho thế gian, thiên sứ, loài người cùng xem vậy."*

Vậy thì lý do gì Đức Chúa Trời đã để cho sứ đồ Phao-lô, một con người trung tín, phải chịu nhiều ngược đãi và gian nan thử thách đến như vậy? Đức Chúa Trời mong muốn Phao-lô trở nên một con người có tấm lòng tốt và trong sáng như pha lê. Trong những hoàn cảnh thảm khốc mà ông có thể bị bắt và bị giết bất kỳ lúc nào, Phao-lô chẳng có ai để trông cậy ngoài Đức Chúa Trời. Người tìm được sự yên ủi và vui mừng trong Ngài. Người đã hoàn toàn làm chủ được bản thân mình và tu dưỡng tấm lòng giống tấm lòng của Chúa.

Sự xưng nhận sau đây là một điều thật cảm động vì người đã trở nên một con người tuyệt vời qua gian nan thử thách. Người chẳng hề muốn né tránh bất kỳ một khó khăn nào, mặc dù ấy là điều rất khó chịu đựng đối với một con người. Người đã xưng nhận tình yêu đối hội thánh và anh em trong đức tin trong 2 Cô-rinh-tô 11:28 rằng, *"Còn chưa kể mọi sự khác, là mỗi ngày tôi phải lo lắng về hết thảy các Hội thánh."*

Ngoài ra, trong Rô-ma 9:3, về đồng bào mình là những người muốn giết ông, Phao-lô nói rằng, *"Bởi tôi ước ao có thể chính mình bị dứt bỏ, lìa khỏi Đấng Christ, vì anh em bà con tôi theo phần xác."* Ở đây, 'anh em bà con tôi' nói đến người Giu-đa và người Pha-ri-si là những kẻ bắt bớ và quấy rầy Phao-lô cách khốc liệt.

Công vụ. 23:12-13 chép rằng, *"Đến sáng, người Giu-đa họp đảng lập mưu, mà thề nguyện rằng chẳng ăn chẳng uống cho đến giết được Phao-lô. Có hơn bốn mươi người đã lập mưu đó."* Phao-lô chẳng hề khiến cho họ cảm thấy khó chịu về cá nhân mình. Người chẳng hề nói dối hay làm điều gì có hại đến họ. Nhưng chỉ vì người đã rao giảng phục âm và bày tỏ quyền năng của Đức Chúa Trời mà họ đã lập đảng và bày mưu mà thề nguyện phải giết chết người.

Dầu vậy, ông đã cầu nguyện để họ có thể được cứu, dẫu cho điều đó có khiến ông phải bị mất sự cứu rỗi mình. Đây là lý do tại sao Đức Chúa Trời đã ban cho ông quyền năng lớn lao như vậy: Ông đã tu dưỡng một sự thiện lành tuyệt vời nhờ đó ông đã có thể hy sinh sự sống mình cho những kẻ tìm cách ám hại ông. Đức Chúa Trời đã khiến ông có thể làm được những công việc phi thường, chỉ bởi sự chạm đến khăn tay hay áo quần của ông vào người bệnh thì những ác linh và bệnh tật đều phải ra khỏi.

Ngài Gọi Họ Là Thần

Giăng 10:35 nói rằng, *"Nếu luật pháp gọi những kẻ được lời Đức Chúa Trời phán đến là các thần, và nếu Kinh thánh không thể bỏ được."* Khi nhận lấy Lời Đức Chúa Trời và làm theo, chúng ta trở thành những con người chân thật, ấy là những con người thuộc linh. Đây là cách để trở nên giống với Đức Chúa Trời là thần: để trở nên một con người thuộc linh và hơn thế nữa là một con người thánh khiết trọn vẹn. Để rồi khi đến cùng một mức độ, chúng ta có thể trở nên giống Đức Chúa Trời.

Xuất Ê-díp-tô. 7:1 chép rằng, *"Đức Giê-hô-va phán cùng Môi-se rằng: Hãy xem, ta lập ngươi như là Đức Chúa Trời cho Pha-ra-ôn, còn A-rôn, anh ngươi, sẽ làm kẻ tiên tri của ngươi."* Bên cạnh đó, Xuất Ê-díp-tô. 4:16 cũng nói rằng, *"Ấy là người đó sẽ nói cùng dân sự thế cho ngươi, dùng làm miệng ngươi, còn ngươi sẽ dường như Đức Chúa Trời cho người vậy."* Như đã chép, Đức Chúa Trời đã ban cho Môi-se một quyền năng lớn lao đến mức ông đã hiện ra trước mặt loài người như thể Đức Chúa Trời.

Trong Công Vụ 14, nhân danh Đức Chúa Giê-su Christ, sự đổ Phao-lô khiến cho một kẻ chưa bao giờ có thể tự bước đi được đã có thể đứng dậy và bước đi. Khi nhìn người ấy đứng dậy và nhảy nhót, người ta lấy làm kinh ngạc mà rằng, *"Các thần đã lấy hình loài người mà xuống cùng chúng ta"* (Công vụ. 14:11). Như trong ví dụ nầy, những kẻ đồng bước đi với Đức Chúa Trời có thể trông giống như Đức Chúa Trời vì họ là những con người thuộc linh, mặc dù họ còn ở trong thân thể hữu hình.

Vì lẽ đó, 2 Phi-e-rơ 1:4 có mô tả rằng: *"và bởi vinh hiển nhân đức ấy, Ngài lại ban lời hứa rất quí rất lớn cho chúng ta, hầu cho nhờ đó anh em được lánh khỏi sự hư nát của thế gian bởi tư dục đến, mà trở nên người dự phần bổn tánh Đức Chúa Trời."*

Chúng ta hãy biết rằng chính Đức Chúa Trời tha thiết mong muốn chúng ta dự phần vào bổn tánh thiên thượng của Ngài, hầu cho chúng ta có thể giữ bỏ được bản thánh xác thịt hay hư nát là thứ mà chỉ có quyền lực tối tăm ưa thích, để rồi chúng ta bởi Thánh Linh mà sanh thần linh trong mình, và thật sự dự phần trong bản tánh thiên thượng của Đức Chúa Trời.

Một khi chúng ta đạt đến sự thánh khiết trọn vẹn, ấy là chúng ta đã phục hồi tâm linh cách hoàn toàn. Phục hồi tâm linh cách hoàn toàn có nghĩa là chúng ta đã phục hồi lại ảnh tượng đã mất của Đức Chúa Trời vì cớ tội lỗi của A-đam, và điều đó nói lên rằng chúng ta đang dự phần bốn tánh thiêng liêng của Đức Chúa Trời.

Một khi đạt đến mức độ nầy, chúng ta có thể nhận lãnh quyền năng của Đức Chúa Trời. Quyền năng Đức Chúa Trời là một ân tứ được ban cho những con cái Đức Chúa Trời là những kẻ đã trở nên giống Ngài (Thi thiên 62:11). Chứng cứ của sự nhận lãnh quyền năng Đức Chúa Trời ấy là những dấu về những điều kỳ diệu, những phép lạ phi thường, hết thảy những sự ấy đều được tỏ ra bởi công việc của Đức Thánh Linh.

Nếu nhận được quyền năng như vậy, chúng ta có thể đưa dẫn vô số linh hồn đến con đường sự sống của sự cứu rỗi. Phi-e-rơ đã thực hiện nhiều công việc lớn lao bởi quyền phép của Đức Thánh Linh.

Chỉ qua một lần rao giảng, đã có đến hơn năm ngàn người được cứu. Quyền năng của Đức Chúa Trời là chứng cứ nói lên rằng Đức Chúa Trời hằng sống ở cùng con người đặc biệt đó. Ấy cũng là cách chắc chắn để gieo đức tin vào lòng người.

Nếu không thấy phép lạ và điểm lạ, thì người ta sẽ chẳng tin

(Giăng 4:48). Vì vậy, Đức Chúa Trời bày tỏ quyền phép Ngài qua những con người thánh khiết trọn vẹn là những kẻ đã phục hồi tâm linh cách hoàn toàn hầu cho người ta có thể tin cậy vào Đức Chúa Trời hằng sống, Chúa Cứu Thế Giê-su Christ, sự hiện hữu của Thiên Đàng và Địa Ngục, tính trung thực của Kinh thánh.

Chương 4
Cõi Thiêng Liêng

Kinh thánh thường cho chúng ta biết về cõi thiêng liêng
và kinh nghiệm của con người về sự ấy.
Đây cũng chính là cõi mà chúng ta sẽ đến sau sự sống trên đất nầy.

- Sứ Đồ Phao-lô Biết về Những Kín Nhiệm của Cõi Thiêng Liêng

- Sự Vô Hạn của Cõi Thiêng Liêng Được Mô Tả trong Kinh Thánh

- Sự Hiện Hữu của Thiên Đàng và Địa Ngục

- Sự Sống sau Sự Chết của Những Linh Hồn Không Được Cứu

- Sự Vinh Hiển của Mặt Trời và Mặt Trăng cũng Khác Nhau

- Vườn Ê-đen Không Thể Sánh với Thiên Đàng

- Giê-ru-sa-lem Mới, Sự Ban Cho Tuyệt Vời Nhất dành cho Những Con Cái Thật

Khi những người đã phục hồi được ảnh tượng bị đánh mất của Đức Chúa Trời kết thúc sự sống mình trên đất nầy, họ trở lại cõi thiêng liêng. Không giống như cõi hữu hình, cõi thiêng liêng là một nơi vô hạn. Chúng ta không thể dò biết được bề cao, bề sâu và bề rộng của nó.

Một cõi thiêng liêng vô tận như vậy có thể được chia thành miền sự sáng thuộc về Đức Chúa Trời và miền tối tăm dành cho những ác linh. Vương Quốc Thiên Đàng trong miền sự sáng được sắm sẵn cho con cái của Đức Chúa Trời là những kẻ được cứu bởi đức tin. Hê-bơ-rơ 11:1 chép rằng, *"Vả, đức tin là sự biết chắc vững vàng của những điều mình đương trông mong, là bằng cớ của những điều mình chẳng xem thấy."* Như đã nói, cõi thiêng liêng là thế giới vô hình. Song, giống như thực thể của gió trong thế giới hữu hình là điều không chứng minh cách chắc chắn được song sự hiện hữu của gió là chắc chắn, bởi sự hy vọng trong đức tin về những điều mà chúng ta không thể thật sự hy vọng trong thế giới hữu hình nầy, những chứng cứ được bày tỏ về sự hiện hữu ấy xác nhận sự tồn tại của nó.

Đức tin là cửa ngõ nối kết chúng ta với cõi thiêng liêng. Đức tin là con đường để chúng ta là những kẻ sống trong thế giới hữu hình nầy có thể gặp gỡ Đức Chúa Trời là Đấng ngự trong cõi thiêng liêng. Bởi đức tin, chúng ta có thể thông giao với Đức Chúa Trời là Đấng thần linh. Chúng ta có thể nghe và hiểu Lời Đức Chúa Trời nhờ tai và mắt thuộc linh chúng ta đã được khai mở, chúng ta có thể nhìn thấy cõi thiêng liêng mà mắt thường không thể thấy được.

Khi đức tin mỗi ngày thêm lên, chúng ta sẽ càng thêm hy vọng lớn lao về vương quốc thiên đàng và hiểu được tấm lòng của Đức Chúa Trời một cách sâu sắc hơn. Khi nhận biết và cảm nhận được tình yêu của Ngài, chúng ta không thể không yêu mến Ngài. Hơn thế nữa, một khi có được đức tin trọn vẹn, những sự thuộc về cõi thiêng liêng sẽ xảy đến, điều mà rõ ràng là không thể đối với thế giới hữu hình nầy, vì Đức Chúa Trời ở cùng chúng ta.

Sứ Đồ Phao-lô Biết về Những Kín Nhiệm của Cõi Thiêng Liêng

Trong 2 Cô-rinh-tô 12:1 trở đi Phao-lô giải thích kinh nghiệm của ông về cõi thiêng liêng mà rằng, *"Tôi cần phải khoe mình, dầu chẳng có ích gì; nhưng tôi sẽ nói đến các sự hiện thấy và sự Chúa đã tỏ ra."* Ấy là nói về kinh nghiệm của ông về việc ông đã được đến Ba-ra-đi thuộc vương quốc thiên đàng trong tầng trời thứ ba.

Trong 2 Cô-rinh-tô 12:6 ông nói rằng, *"Dầu tôi muốn khoe mình, thì cũng không phải là một người dại dột, vì tôi sẽ nói thật; nhưng tôi giữ, không nói, hầu cho chẳng ai nghĩ tôi Vượt*

Quá sự họ thấy ở nơi tôi và nghe tôi nói." Sứ đồ Phao-lô có rất nhiều kinh nghiệm thuộc linh và nhận được sự khải thị từ Đức Chúa Trời, nhưng ông đã chẳng thể nói hết mọi thứ mình biết về cõi thiêng liêng.

Trong Giăng 3:12, Chúa Giê-su phán rằng, *"Ví bằng ta nói với các ngươi những việc thuộc về đất, các ngươi còn chẳng tin thay; huống chi ta nói những việc thuộc về trời, thì các ngươi tin sao được?"* Thậm chí ngay sau khi tận mắt nhìn thấy nhiều công việc đầy quyền năng, các môn đệ của Chúa Giê-su cũng đã chẳng hoàn toàn tin Ngài. Họ có đức tin thật chỉ sau khi chứng kiến sự sống lại của Chúa. Sau đó, họ tận hiến đời sống mình cho vương quốc Đức Chúa Trời và rao truyền phúc âm. Cũng vậy, sứ đồ Phao-lô biết rõ về cõi thiêng liêng và làm trọn bổn phận với hết cả sự sống mình.

Có cách nào để chúng ta cảm nhận và hiểu được cõi thiêng liêng bí ẩn này chăng? Đương nhiên là có. Trước hết, chúng ta hãy khao khát về cõi thiêng liêng. Tha thiết khao khát về cõi thiêng liêng chứng tỏ rằng chúng ta kính trọng và yêu thương Đức Chúa Trời là Đấng chân thần.

Sự Vô Hạn của Cõi Thiêng Liêng Được Mô Tả trong Kinh Thánh

Trong Kinh thánh chúng ta có thể tìm thấy rất nhiều sự ghi chép về cõi thiêng liêng và những kinh nghiệm thuộc linh. A-đam được tạo dựng nên là một loài sinh linh, nên người có thể tương giao với Đức Chúa Trời. Ngay cả sau đó, cũng có rất nhiều tiên tri có thể tương giao với Đức Chúa Trời và đôi khi trực tiếp nghe được tiếng phán của Đức Chúa Trời (Sáng thế ký 5:22, 9:9-13; Xuất Ê-díp-tô. 20:1-17; Dân số ký 12:8). Thỉnh thoảng các thiên sứ hiện ra với con người để truyền sứ điệp của Đức Chúa Trời. Cũng có những ghi nhận về bốn loài tạo vật (Ê-xê-chi-ên 1:4-14), chê-ru-bin (2 Sa-muên 6:2; Ê-xê-chi-ên 10:1-6), những ngựa lửa và xe ngựa bằng lửa (2 Các Vua 2:11, 6:17), là những sự thuộc về cõi thiêng liêng.

Biển Đỏ phân đôi. Nước chảy ra từ một hòn đá qua Môi se, người của Đức Chúa Trời. Mặt trời và mặt trăng ngừng lại và đứng yên qua sự cầu nguyện của Giô-suê. Ê-li đã cầu nguyện cầu nguyện cùng Đức Chúa Trời và khiến lửa từ trời giáng xuống. Sau khi đã làm trọn hết mọi phận sự mình trên đất nầy, Ê-li đã được cất về trời trong một cơn gió lốc. Đây là một vài ví dụ về những trường hợp mà cõi thiêng liêng không được tỏ rõ trong thế giới hữu hình nầy.

Ngoài ra, 2 Các Vua 6, khi quân A-ram đến bắt Ê-li-sê, mắt thuộc linh tôi tớ Ê-li-sê là Ghê-ha-xi được mở ra nên người đã nhìn thấy một đạo quân gồm ngựa lửa và xe đến vây quanh Ê-li-sê để bảo vệ người. Đa-ni-ên đã bị quăng vào hang sư tử bởi âm mưu của các quan trưởng đồng liêu mình, nhưng người chẳng hại gì vì Đức Chúa Trời sai thiên sứ đến khớp hàm sư tử lại. Ba bạn của Đa-ni-ên đã không làm theo lệnh của vua để giữ đức tin mình nên đã bị ném vào lò lửa hực nóng gấp bảy lần bình thường. Song một sợi tóc của họ cũng chẳng hề bị cháy sém.

Con Đức Chúa Trời, Chúa Giê-su, khi xuống thế gian nầy cũng mang lấy thân thể loài người, song Ngài đã bày tỏ những điều thuộc về cõi thiêng liêng vô hạn, không bị ràng buộc bởi sự giới hạn của thế giới hữu hình nầy. Ngài đã khiến kẻ chết sống lại, chữa lành đủ thứ bệnh tật, và đi bộ trên mặt nước. Hơn thế nữa, sau khi sống lại Ngài đã thình lình hiện ra với hai môn đệ mình khi họ đang trên đường đến Em-ma-út (Lu-ca 24:13-16), và khi các môn đệ Ngài đang trong sợ hãi những người Giu-đa và tự khóa cửa nhốt mình trong nhà để trốn tránh thì Ngài đi xuyên qua tường mà hiện ra với họ (Giăng 20:19).

Đây là một thực tế của sự di chuyển bằng ý chí, vượt quá thế giới hữu hình. Điều nầy cho chúng ta biết rằng những sự thiêng liêng là những điều vượt quá giới hạn không gian và thời gian. Có một không gian thuộc linh không giống như thế giới hữu hình mà mắt thường chúng ta có thể nhìn thấy được, Ngài đã di chuyển trong không gian thuộc linh nầy để hiện ra tại một nơi nào đó vào một lúc nào đó theo ý muốn Ngài.

Con cái của Đức Chúa Trời là những kẻ có quyền công dân nước Thiên Đàng phải biết khao khát về những sự thiêng liêng. Đức Chúa Trời đã khiến cho những ai có sự khao khát này kinh nghiệm về cõi thiêng liêng, như lời Ngài đã phán trong Giê-rê-mi 29:13, *"Các ngươi sẽ tìm ta, và gặp được khi các ngươi tìm kiếm ta hết lòng."*

Chúng ta có thể khởi đầu đời sống tâm linh và Đức Chúa Trời khai sáng mắt thiêng liêng của chúng ta khi chúng ta quăng xa sự công bình riêng, sự tự định nghĩa, và những rập khuôn của bản thân bên cạnh những khao khát như vậy.

Sứ đồ Giăng là một trong mười hai môn đệ của Chúa Giê-su (Khải huyền 1:1, 9). Năm 95 sau Công nguyên, ông đã bị Đô-mi-tân, Hoàng Đế La mã bắt và ném vào chảo dầu sôi. Song ông không chết và đã bị đày ra Đảo Bát-mô thuộc Biển Ê-giê. Ông đã viết sách Khải huyền tại đó.

Để có được sự khải thị sâu nhiệm, sứ đồ Giăng đã phải có đủ phẩm chất cho sự ấy. Phẩm chất ấy là người đã trở nên thánh khiết đến mức chẳng hề có sự ác nào trong mình và có tấm lòng của Chúa. Người đã có thể nhận lãnh sự khải thị về những điều kín nhiệm từ Thiên Đàng trong sự thần cảm của Đức Thánh Linh qua sự cầu nguyện sốt sắng ra từ tấm lòng trong sáng và thánh khiết trọn vẹn.

Sự Hiện Hữu của Thiên Đàng và Địa Ngục

Trong cõi thiêng liêng có Thiên Đàng và Địa Ngục. Chẳng bao lâu sau khi hội Thánh Manmin được thành lập, trong sự cầu nguyện, Đức Chúa Trời đã có lần tỏ cho tôi biết về Thiên Đàng và Địa Ngục. Sự xinh đẹp và hạnh phúc mà tôi cảm nhận được trong Thiên Đàng không thể bày tỏ hoặc nói được bằng lời.

Trong thời Tân Ước, những ai tin nhận Đức Chúa Giê-su Christ làm Cứu Chúa của mình thì được tha tội và được cứu rỗi. Trước hết, họ đi vào Thượng tầng Âm phủ sau khi kết thúc sự sống trên đất nầy. Tại đây, họ trải qua ba ngày để tự thích nghi với cõi thiêng liêng, sau đó họ đi đến nơi chờ đợi trong Ba-ra-di thuộc vương quốc Thiên Đàng. Áp-ra-ham, tổ phụ đức tin là người đứng đầu nơi Thượng tầng Âm phủ cho đến khi Chúa thăng thiên, vì thế trong Kinh thánh chúng ta thấy có đoạn chép rằng kẻ nghèo La-xa-rơ được ở 'trong lòng Áp-ra-ham.'

Đức Chúa Giê-su rao giảng phúc âm cho những linh hồn trong Thượng tầng Âm phủ sau khi Ngài trút hơi thở cuối cùng trên thập tự giá (1 Phi-e-rơ 3:19). Sau khi Đức Chúa Giê-su rao giảng phúc âm nơi Thượng tầng Âm phủ, Ngài sống lại và đem hết những linh hồn ở đó vào Ba-ra-di. Kể từ đó, những linh hồn được cứu ở trong nơi chờ đợi của Thiên Đàng nằm bên ngoài Ba-ra-di. Sau khi Sự Phán Xét trước Ngai Trắng và Lớn qua rồi, họ đi vào nơi ở riêng trong thiên đàng dành cho mỗi người tùy theo tầm thước đức tin họ và sống ở đó đời đời.

Đến kỳ Phán Xét trước Ngai Trắng và Lớn, tức là sự kiện xảy ra khi công cuộc giáo hóa nhân loại kết thúc, Đức Chúa Trời sẽ phán xét mọi việc làm hoặc xấu hay tốt của mỗi người được sinh ra từ buổi sáng thế. Được gọi là Sự Phán Xét trước Ngai Trắng và Lớn là vì ngai phán xét của Đức Chúa Trời sáng rực và chói lòa đến mức trông như một màu trắng hoàn toàn (Khải huyền 20:11).

Sự phán xét lớn sẽ xảy ra Khi Chúa hiện đến lần thứ hai trên không trung và trên đất nầy, sau khi thời kỳ Hoàng Kim (Vương quốc Ngàn năm) qua đi. Đối với những linh hồn được cứu, đây sẽ là sự phán quyết về phần thưởng, và đối với những linh hồn không được cứu, đây sẽ là sự phán xét để chịu hình phạt.

Sự Sống sau Sự Chết của Những Linh Hồn Không Được Cứu

Đối với những kẻ không tin nhận Chúa và những kẻ có xưng nhận đức tin nơi Ngài nhưng không được cứu, sau khi chết sẽ bị hai sứ giả của Địa ngục đưa đi. Họ sẽ đến ở một nơi giống như cái hố lớn trong ba ngày để chuẩn bị sẵn sàng cho sự sống ở nơi Hạ tầng Âm phủ. Ở đó chỉ có sự đau đớn kinh khiếp đang chờ đợi họ. Sau ba ngày, họ bị đưa đến Hạ tầng Âm phủ, là nơi họ sẽ những hình phạt tương ứng với tội lỗi mình. Hạ tầng Âm phủ là nơi thuộc về Địa ngục cũng là nơi rộng lớn mênh mông như Thiên đàng, và cũng có nhiều nơi ở cho những linh hồn không được cứu.

Cho đến trước kỳ Phán Xét trước Ngai Trắng và Lớn xảy ra, những linh hồn ở nơi Hạ tầng Âm phủ phải chịu đủ thứ hình phạt. Những hình phạt ấy bao gồm việc phải đục khoét bởi côn trùng hay động vật, hay bị hành hạ bởi những sứ giả Địa ngục. Sau sự Phán Xét trước Ngai Trắng và Lớn, họ sẽ đi vào hồ lửa hay hồ diêm sinh (cũng được gọi là hồ lửa hừng diêm sinh) và nhận lấy sự đau đớn đời đời (Khải huyền 21:8).

Hình phạt nơi hồ lửa hay hồ diêm sinh là một sự đau đớn có một không hai mà sự đau đớn nơi Hạ tầng Âm phủ cũng không sao sánh nổi. Sức nóng của lửa địa ngục không sao tả xiết. Hồ diêm sinh nóng gấp bảy lần hồ lửa. Đây là nơi dành cho những kẻ phạm đến những tội không thể được tha, như tội phỉ báng và chống nghịch Đức Thánh Linh.

Đức Chúa Trời tỏ cho tôi biết về hồ lửa và hồ diêm sinh. Ấy là những không đáy và chứa đầy những thứ như hơi nước ra từ suối nước nóng, và người có thể nhìn thấy mập mờ. Một số được nhìn thấy ngang ngực, một số bị ngập trong hồ đến tận cổ. Trong hồ lửa, họ đau đớn và kêu la, nhưng trong hồ diêm sinh, sự đau đớn kinh khủng đến mức họ không thể quằn quại. Chúng ta hãy tin rằng thế giới vô hình là một điều có thật để rồi chúng ta phải sống theo Lời Đức Chúa Trời hầu cho chúng ta nhận được sự cứu rỗi cách chắc chắn.

Sự Vinh Hiển của Mặt Trời và Mặt Trăng cũng Khác Nhau

Giảng giải về thân thể của chúng ta sau sự sống lại, sứ đồ Phao-lô nói rằng, *"Vinh quang của mặt trời khác, vinh quang của mặt trăng khác, vinh quang của ngôi sao khác; vinh quang của ngôi sao nầy với vinh quang của ngôi sao kia cũng khác"* (1 Cô-rinh-tô 15:41).

Vinh quang của mặt trời nói đến sự vinh hiển được ban cho những kẻ đã quăng xa hết mọi tội lỗi mình, được nên thánh, và giữ lòng trung tín trong cả nhà Chúa trên đất nầy. Vinh quang của mặt trăng là nói đến sự vinh hiển được ban cho những kẻ không đạt đến mức độ của sự vinh quang mặt trời. Vinh quang của các ngôi sao được những kẻ đạt đến sự vinh hiển ở mức thấp hơn mặt trăng. Ngoài ra, vinh quang của ngôi sao nầy với vinh quang của ngôi sao kia cũng khác nhau, mỗi người đều sẽ nhận lãnh sự vinh hiển và phần thưởng khác nhau, thậm chí đối với những người được vào cùng một nơi ở trong Thiên đàng.

Kinh thánh cho chúng ta biết rằng chúng ta sẽ nhận những sự vinh hiển khác nhau trong Thiên đàng. Những nơi ở và phần thưởng trong Thiên Đàng sẽ khác nhau tùy theo mức độ mà chúng ta đã giũ bỏ tội lỗi mình, mức độ đức tin thuộc linh, và sự trung tín của chúng ta đối với vương quốc của Đức Chúa Trời như thế nào.

Vương quốc Thiên đàng có rất nhiều chỗ ở được ban cho mỗi người tùy theo tầm thước đức tin của họ. Ba-ra-đi được ban cho những ai có ít đức tin nhất. Vương quốc Thiên đàng Thứ Nhất có mức độ cao hơn Ba-ra-đi, còn Vương quốc Thiên đàng Thứ Nhì thì cao trọng hơn Thứ Nhất, và Vương quốc Thiên đàng Thứ Ba thì hơn Thứ Nhì. Trong Vương quốc Thiên đàng Thứ Ba là nơi có thành Giê-ru-sa-lem Mới ngự tọa và là nơi của ngai Đức Chúa Trời.

Vườn Ê-đen Không Thể Sánh với Thiên Đàng

Vườn Ê-đen là một nơi xinh đẹp và bình yên đến mức nơi xinh đẹp nhất trên đất nầy cũng không thể sánh nổi, song Vườn Ê-đen thậm chí không thể đem so sánh với vương quốc Thiên đàng. Sự hạnh phúc cảm nhận được trong Vườn Ê-đen là hoàn toàn khác biệt với sự ấy trong vương quốc Thiên đàng, điều ấy là vì Vườn Ê-đen ở trong tầng trời thứ hai còn vương quốc Thiên đằng thì ở tầng trời thứ ba. Ấy cũng là vì những kẻ sống trong Vườn Ê-đen đều là những kẻ không phải con cái thật là những kẻ đã trải qua tiến trình của công cuộc giáo hóa nhân loại.

Giả sử sự sống trên đất nầy là sự sống trong tối tăm chẳng hề có sự sáng nào, thì sự sống trong Vườn Ê-đen giống như sống với một ngọn đèn dầu, còn sự sống trong Thiên đàng giống như sống với những bóng đèn điện. Trước khi bóng đèn điện được làm ra, chúng ta sử dụng đèn dầu, là loại chỉ sáng lờ mờ. Song chúng vẫn là vật dụng có giá trị. Khi lần đầu nhìn thấy đèn điện, người ta rất ngạc nhiên.

Như đã nói trước đây, những chỗ ở khác nhau trên thiên đàng được ban cho con người tùy theo tầm thước đức tin và tâm linh mà họ đã tu dưỡng được khi còn ở trên đất. Mỗi nơi ở trên thiên đàng đều khác nhau một cách đáng kể trong sự vinh hiển và và hạnh phúc cảm nhận được ở đó. Nếu vượt qua mức độ nên thánh và trung tín trong cả nhà Chúa và trở nên thánh khiết trọn vẹn, chúng ta có thể được vào Giê-ru-sa-lem Mới là nơi có ngai Đức Chúa Trời.

Giê-ru-sa-lem Mới, Sự Ban Cho Tuyệt Vời Nhất dành cho Những Con Cái Thật

Như Chúa Giê-su có phán trong Giăng 14:2, *"Trong nhà Cha ta có nhiều chỗ ở,"* thật ra có rất nhiều chỗ ở trong Thiên đàng. Có thành Giê-ru-sa-lem Mới là nơi có ngai Đức Chúa Trời, trong khi đó cũng có Ba-ra-đi là nơi dành cho những ai chỉ đủ để được cứu.

Thành Giê-ru-sa-lem Mới, còn được gọi là 'Thành Vinh Hiển', là nơi đẹp nhất trong hết thảy các nơi ở trong Thiên đàng. Đức Chúa Trời mong muốn mọi người không những được cứu rỗi mà còn được vào thành nầy (1 Ti-mô-thê 2:4).

Người nông dân không thể chỉ gặt được toàn lúa mì thượng hạng trong công việc đồng áng mình. Tương tự như vậy, không phải hễ ai nhận được sự giáo hóa nhân loại thì đều trở nên con cái thật của Đức Chúa Trời là những kẻ thánh khiết trọn vẹn. Vì thế, đối với những kẻ không đủ tư cách để vào thành Giê-ru-sa-lem Mới, Đức Chúa Trời sắm sẵn nhiều nơi ở bắt đầu từ Ba-ra-đi đến các Vương Quốc Thiên đàng Thứ Nhất, Thứ Nhì và Thứ Ba.

Ba-ra-đi và Giê-ru-sa-lem Mới là rất khác biệt nhau, chẳng khác nào sự khác nhau giữa một túp lều nhỏ bé tối tàn với một lâu đài hoàng gia. Cũng giống như cha mẹ muốn cho con cái mình những vật tốt nhất có thể được, Đức Chúa Trời mong muốn chúng ta trở nên con cái thật của Ngài và chia sẻ mọi sự cùng Ngài Trong Giê-ru-sa-lem Mới.

Tình yêu của Đức Chúa Trời là vô hạn đối cùng một nhóm người nào đó. Ấy là tình yêu dành cho hết thảy những ai tin nhận Chúa Cứu Thế Giê-su. Song những nơi ở và phần thưởng trên Thiên đàng, cũng như tình yêu mà Đức Chúa Trời sẽ ban cho đều khác nhau tùy theo mức độ nên thánh và trung tín của mỗi người.

Những kẻ được vào Ba-ra-đi, Vương Quốc Thiên đàng Thứ Nhất, hay Vương Quốc Thiên đàng Thứ Nhì, là những kẻ chưa giũ bỏ hoàn toàn bản tánh xác thịt mình, nên họ chưa phải là con cái thật của Đức Chúa Trời. Giống như những con trẻ không thể hiểu được mọi sự về cha mẹ mình, thật khó để họ hiểu được tấm lòng của Đức Chúa Trời. Vì vậy, Đức Chúa Trời sắm sẵn cho họ những nơi ở khác nhau tùy theo tầm thước đức tin của mỗi người, ấy cũng là tình yêu và sự công chính của Ngài. Cũng giống như việc đi dạo chơi với nhóm bạn cùng lứa tuổi là việc dễ đem lại sự thích thú nhất, tương tự như vậy đối với những công dân Thiên đàng, họ sẽ cảm thấy dễ chịu và vui thích hơn khi được hội hiệp với những người có cùng tầm thước đức tin.

Thành Giê-ru-sa-lem Mới cũng là bằng chứng nói lên rằng Đức Chúa Trời đã đạt được những bông trái hoàn hảo qua công cuộc giáo hóa nhân loại. Mười hai nền bằng đá của thành chứng tỏ tấm lòng con cái Đức Chúa Trời những người được vào thành là những tấm lòng châu ngọc. Cổng ngọc trai chứng tỏ rằng con cái Đức Chúa Trời những người đã vượt qua cổng nầy đã tu luyện được sức chịu đựng như những chiếc vỏ sanh ra châu ngọc bởi sự chịu đựng của họ.

Khi vượt qua cổng ngọc trai, họ được nhắc nhớ lại thời gian nhẫn nhục và chịu đựng của mình cho đến lúc được vào Thiên đàng. Khi bước đi trên những con đường băng vàng, họ nhớ lại những chặng đường đức tin mà họ đã trải qua trên đất. Tầm cỡ và sự trang trí của những ngôi nhà được ban cho mỗi người sẽ nhắc nhở họ về tình yêu mà họ đã dành cho Đức Chúa Trời là thể nào cũng như bởi đức tin mình mà họ đã dâng vinh hiển lên cho Ngài ra sao.

Những người được vào thành Giê-ru-sa-lem Mới có thể gặp gỡ Đức Chúa Trời mặt đối mặt vì họ đã tu dưỡng tấm lòng trong sáng và xinh đẹp như pha lê và đã trở nên con cái thật của Ngài. Họ cũng sẽ được rất nhiều thiên sứ đến hầu việc và sống trong niềm vui và hạnh phúc đời đời. Đây là một nơi cực lạc và thánh khiết vượt quá sức suy tưởng của loài người.

Cũng giống như chúng ta có đủ loại sách ở đời nầy, Thiên đàng cũng có nhiều loại sách. Sách sự sống là sách ghi chép tên của những người được cứu. Sách kỷ niệm là sách ghi chép những điều được ghi nhớ đời đời. Bìa sách bằng vàng và có những hình mẫu cao quý, nhờ đó người ta có thể dễ dàng nhận biết ấy là một quyển sách có giá trị lớn. Sách có ghi chép tường tận về con người, sự việc và hoàn cảnh, những phần quan trọng còn được ghi lại bằng hình ảnh qua băng ghi hình.

Ví dụ, sách ghi chép lại những sự kiện như Áp-ra-ham dâng con mình là Y-sác làm của lễ thiêu; Ê-li kêu lửa xuống từ trời; Đa-ni-ên được bảo vệ an toàn trong hang sư tử; ba bạn của Đa-ni-ên tôn vinh Đức Chúa Trời về sự bình an trong giữa lò lửa hừng. Đến kỳ Đức Chúa Trời sẽ mở một phần sách để giới thiệu nội dung đó với dân sự. Con cái của Đức Chúa Trời lắng nghe với sự vui mừng và tôn vinh Ngài bằng sự ngợi khen.

Ngoài ra, tại thành Giê-ru-sa-lem Mới những buổi tiệc trọng

thể liên tục diễn ra, kể cả những buổi tiệc do chính Đức Chúa Cha tổ chức. Có những buổi tiệc được tổ chức bởi Chúa, Đức Thánh Linh, ngoài ra còn bởi các đấng tiên tri như Ê-li, Hê-nóc, Áp-ra-ham, Môi-se, và sứ đồ Phao-lô. Những tín hữu khác cũng có thể mời bạn hữu mình để tổ chức tiệc vui. Yến tiệc là một trong những niềm vui tuyệt vời của đời sống trong thiên đàng. Đây là nơi đầy dẫy niềm vui, tự do, sự xinh đẹp và vinh hiển của Thiên đàng hiện ra ngay trước mắt.

Thậm chí ở đời nầy, người ta cũng trang điểm bản thân một cách xinh đẹp nhất để tham dự những buổi tiệc trọng thể. Cũng giống như vậy trong Thiên đàng, trong những buổi tiệc trọng thể, thiên sứ ca hát và nhảy múa. Con cái của Đức Chúa Trời cũng ca hát và nhảy múa theo điệu nhạc. Nơi ấy đầy những lời ca và điệu múa cùng những tiếng cười hạnh phúc. Người ta trò chuyện vui vẻ với nhau khắp nơi, hay chào hỏi những tổ phụ đức tin là những người mà họ hằng mong muốn gặp mặt.

Nếu được mời đến dự tiệc do Chúa tổ chức, các tín hữu sẽ cố gắng trang sức mình để thành nàng dâu xinh đẹp nhất của Chúa, còn Chúa là chàng rể thánh của chúng ta. Khi các nàng dâu đến cổng trước của lâu đài của Chúa, hai thiên sứ khiêm nhường đến tiếp đón từ hai bên cổng sáng chói với những ngọn đèn bằng vàng.

Các bức tường của lâu đài được trang trí bằng đủ thứ đá quý. Trên tường là những bông hoa xinh đẹp, những bông hoa này tỏa hương thơm dịu dàng để đón chào những nàng dâu của

Chúa vừa đến. Khi bước vào lâu đài, họ có thể nghe những tiếng nhạc thấm sâu vào tận những nơi sâu thẳm của tâm linh họ. Họ cảm thấy hạnh phúc và dễ chịu với những âm thanh thờ phượng, họ cảm động sâu sắc bởi sự tạ ơn của mình, nghĩ về Đức Chúa Trời là Đấng đã đưa dẫn họ đến nơi nầy.

Khi bước đi trên con đường bằng vàng để đến lâu đài của Chúa bởi sự hướng dẫn của các thiên sứ, lòng họ tràn đầy xúc động. Khi đến gần nơi Chúa ở, họ có thể nhìn thấy Chúa bước ra bên ngoài để tiếp đón họ. Nước mắt họ liền tuôn ra, song họ chạy về phía Ngài vì họ mong muốn được gặp Chúa ngay.

Chúa ôm họ từng người một với ánh mắt đầy thương yêu, hai tay Ngài dang rộng. Ngài chào đón họ mà rằng, "Hãy đến, Hỡi những nàng dâu xinh đẹp của ta! Xin mời!" Những người nhận được sự chào đón ấm áp của Chúa đều hết lòng tạ ơn Ngài mà rằng, "Tôi thật lòng tạ ơn Ngài về lời mời dành cho tôi!" Như những kẻ chia sẻ tình yêu sâu sắc của mình, họ nắm tay Chúa cùng bước đi ngắm nhìn đây đó khắp chung quanh, và trò chuyện với Ngài ấy là điều mà họ hết lòng ao ước khi còn sống trên đất nầy.

Đời sống trong thành Giê-ru-sa-lem Mới, sống với Đức Chúa Trời Ba ngôi, là đời sống đầy tình yêu thương, vui mừng và hạnh phúc. Chúng ta có thể gặp gỡ Chúa mặt đối mặt, được ở trong lòng Ngài, được đồng đi với Ngài, và được vui hưởng rất nhiều thứ với Ngài! Thật là một đời sống hạnh phúc biết bao! Để vui hưởng được niềm hạnh phúc như vậy, chúng ta phải trở nên thánh khiết và có tâm linh trọn vẹn để có tấm lòng hoàn toàn giống Chúa.

Vậy nên, chúng ta hãy nhanh chóng đạt đến sự thánh khiết trọn vẹn với niềm hy vọng về phước hạnh thạnh vượng mọi bề, cũng như khỏe mạnh về phần xác và thạnh vượng về phần hồn, để sau nầy chúng ta có thể được đến gần bên Ngai của Đức Chúa Trời hơn trong sự vinh quang của thành Giê-ru-sa-lem Mới.

Tác Giả:
Tiến Sĩ Jaerock Lee

Tiến Sĩ Jaerock Lee sinh trưởng tại Muan, tỉnh phận Jeonnam, Cộng Hòa Nhân Dân Triều Tiên, năm 1943. Những năm tháng của tuổi hai mươi, Mục sư Lee đã phải trải qua rất nhiều căn bệnh nan y, trong bảy năm trường đầy tuyệt vọng, vô phương cứu chữa, ông chỉ còn biết chờ chết. Một ngày kia, vào mùa xuân 1974, được chị gái đưa đến nhà thờ, khi quỳ xuống cầu nguyện, Đức Chúa Trời hằng sống đã chữa lành mọi bệnh tật ông ngay tức khắc.

Qua kinh nghiệm kỳ diệu đó, Mục sư Lee đã gặp được Đức Chúa Trời hằng sống, ông đã dâng trọn tấm lòng thành kính lên Ngài, năm 1978, ông được kêu gọi bước vào con đường hầu việc Đức Chúa Trời. Ông hết lòng cầu nguyện để hiểu rõ ý muốn Ngài và hoàn thành sứ mạng một cách tốt nhất, ông vâng phục tất cả các mạng lệnh. Năm 1982, ông sáng lập Hội Thánh Manmin Joong-ang tại Seoul, Hàn Quốc, tại đây nhiều công việc của Chúa kể cả những phép lạ chữa lành, những dấu lạ đã và đang xảy ra đến mức không kể xiết.

Năm 1986, Mục sư Lee được thụ phong tại Hội Thánh Annual Assembly Jesus Sungkyul Hàn Quốc, bốn năm sau, 1990, những bài giảng luận của ông bắt đầu được phát sóng bởi Tập Đoàn Phát Thanh Viễn Đông, Đài Phát Thanh Á Châu, và Hệ thống Truyền thanh Cơ Đốc Nhân Washington, Úc, Nga, Philipines, và nhiều quốc gia khác.

Ba năm sau, 1993, Hội Thánh Manmin Joong-ang được tạp chí *Cơ Đốc Nhân Thế Giới* (US) tuyển chọn, xếp vào "50 Hội Thánh Hàng Đầu Thế Giới" và ông nhận học vị Tiến Sĩ Danh Dự Thần Học của Trường Đại Học Niềm Tin Cơ Đốc Nhân, Florida, USA, năm 1996, nhận học vị Tiến sĩ Mục Vụ tại Trường Thần Học Kingsway, Iowa, USA.

Kể từ năm 1993, Mục sư Lee đã bước vào sứ mạng truyền giáo Toàn cầu qua nhiều chiến dịch hải ngoại tại Hoa Kỳ, Tanzania, Argentina, L.A., Baltimore City, Hawaii, and New York City of the USA Uganda, Japan, Pakistan, Kenya, Philipines, Honduras, India, Russia, Germany, Peru, Cộng Hòa Dân Nhân Dân Công Gô, và Y-sơ-ra-ên và Estonia.

Năm 2002, ông được tờ báo chuyên đề Cơ Đốc Nhân Hàn Quốc gọi là "Nhà phục hưng toàn cầu" vì chức vụ đầy quyền năng của ông trong nhiều chiến dịch hải ngoại. Đặc biệt, 'Chiến Dịch New York 2006' của ông được tổ chức tại Madison Square Garden, đấu trường nổi tiếng nhất thế giới, đã được phát sóng đến 220 quốc gia, và trong 'Chiến Dịch Liên Hiệp Y-sơ-ra-ên 2009' của ông được tổ chức tại Trung Tâm Hội Nghị Quốc Tế tại Giê-ru-sa-lem, ông đã dạn dĩ công bố Đức Chúa Giê-su Christ là Đấng Mê-si-a và là Đấng Cứu Thế. Bài giảng của ông được phát đến 176 quốc gia qua vệ tinh kể cả GCN TV và ông đã được liệt vào một trong mười lãnh đạo Cơ Đốc có ảnh hưởng nhất của năm 2009 và 2010 bởi một tạp chí Cơ Đốc nổi tiếng của Nga và một cơ quan *Báo Điện Tử Cơ Đốc* vì chức vụ đầy quyền năng của ông được phát sóng qua vô tuyến truyền hình và mục vụ đối với hội thánh hải ngoại của ông.

Trong tháng sáu năm 2015, Hội Thánh Trung Tâm Manmin có đến hơn 120.000 thành viên. Có 10.000 hội thánh thành viên trên toàn cầu kể cả 54 hội thánh thành viên trong nước, cho đến nay có hơn 103 giáo sĩ đã làm công tác truyền giáo đến 23 quốc gia, bao gồm Hoa Kỳ, Nga, Đức, Ca-na-đa, Nhật, Trung Quốc, Pháp, Ấn Độ, Kenya, và nhiều quốc gia khác.

Cho đến ngày xuất bản sách nầy, Tiến Sĩ Lee đã viết được 100 cuốn sách, trong đó có những cuốn rất được ưa chuộng như, *Ném Trải Cuộc Sống Đời Đời Trước Khi Chết, Đời Tôi và Niềm Tin I & II, Sứ Điệp Thập Tự Giá, Tầm Thước Đức Tin, Thiên Đàng I & II, Địa Ngục,* và *Quyền Năng Đức Chúa Trời.* Những tác phẩm của ông đã được phiên dịch trên 74 ngôn ngữ khác nhau.

Các mục báo Cơ Đốc của ông xuất hiện trên *The Hankook Ilbo, The JoongAng Daily, The Dong-A Ilbo, The Munhwa Ilbo, The Seoul Shinmun, The Kyunghyang Shinmun, The Hankyoreh Shinmun, The Korea Economic Daily, The Korea Herald, The Shisa News,* và *The Christian Press.*

Tiến Sĩ Lee hiện nay là lãnh đạo của nhiều tổ chức truyền giáo và hiệp hội, bao gồm: Chủ Tọa Liên Hiệp Hội Thánh Phúc Âm Đằng Christ; Chủ Tịch Sứ Mạng Toàn Cầu Manmin, người sáng lập Manmin TV; Nhà Sáng Lập & Ban Chủ Tọa Mạng Lưới Cơ Đốc Nhân Toàn Cầu (GCN), Mạng Lưới Bác Sĩ Cơ Đốc Nhân Toàn Cầu (WCDN), và Trường Thần Học Quốc Tế Manmin (MIS).

Thiên Đàng I & II

Một bản phát thảo chi tiết về một môi trường sống huy hoàng tráng lệ mà những công dân thiên đàng sẽ vui sống và một sự mô tả tuyệt vời về những cấp độ khác nhau của các vương quốc thiên đàng.

Sứ Điệp Thập Tự Giá

Một sứ điệp thức tỉnh đầy quyền năng dành cho những ai đang trong tình trạng ngủ mê thuộc linh! Qua sách nầy chúng ta sẽ nhận biết được lý do tại sao Giê-su là Cứu Chúa duy nhất và tình yêu chân thật của Đức Chúa Trời.

Địa Ngục

Một sứ sứ điệp tha thiết nhất gởi đến toàn nhân loại từ Đức Chúa Trời, Đấng không muốn một linh hồn nào vực sâu địa ngục! chúng ta sẽ khám phá một điều chưa từng được biết về thực tế thảm khốc của Hạ Tầng Âm Phủ và địa ngục.

Đời Tôi và Niềm Tin I & II

Một mùi hương thiêng liêng tuyệt vời nhất qua đời sống của Dr. Jaerock Lee được chiết xuất từ tình yêu của Đức Chúa Trời được trổ hoa trong giữa đợt sóng đen tối, ách lạnh lùng và những thất vọng khó lường nhất.

Tầm Thước Đức Tin

Nơi ở và vương miện nào trên thiên đàng đang chờ chúng ta? Sách nầy cung cấp cho chúng ta sự khôn ngoan và hướng dẫn chúng ta phương cách để có thể biết được lượng đức tin của mình và trưởng dưỡng lượng đức tin ấy một cách tốt nhất và trưởng thành nhất.

www.ingramcontent.com/pod-product-compliance
Lightning Source LLC
Chambersburg PA
CBHW061607120626
46550CB00004B/1641